ஹைக்கூ - சென்ரியு

ஓர் எளிய கையேடு

ஈரோடு தமிழன்பன்

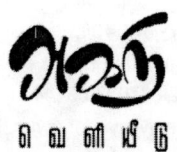

அகநி
வெளியீடு

வெளியீடு: 85
ISBN: 978-93-82810-51-3

ஹைக்கூ - சென்ரியு
ஓர் எளிய கையேடு
© ஈரோடு தமிழன்பன்

முதல் பதிப்பு	:	டிசம்பர் 2018
பக்கம்	:	80
ஒளியச்சு	:	வந்தை முருகுபாரதி
அச்சாக்கம்	:	எம்.வி. ஆப்செட் பிரிண்ட்ஸ், சென்னை - 600 005.
வெளியீடு	:	அகநி வெளியீடு,
		எண் : 3, பாடசாலை வீதி,
		அம்மையப்பட்டு, வந்தவாசி - 604 408.
		திருவண்ணாமலை மாவட்டம்.
		பேசி : 98426 37637 / 94443 60421
		மின்னஞ்சல் : akaniveliyeedu@gmail.com
விலை	:	**ரூ.100/-**

Haiku - Centriyu
Or eliya kaiyedu
© Erode Tamizhanban

First Edition	:	December - 2018
Pages	:	80
Laser Print	:	Vandhai Murugubharathi
Printing	:	M.V.Offset prints, Chennai - 600 005.
Published By	:	AKANI VELIYEEDU.
		No: 3, Padasaalai Street, Ammaiyapattu,
		Vandavasi - 604 408.
		Thiruvannamalai - Dist.
		Cell : 98426 37637 / 94443 60421
		E.mail: akaniveliyeedu@gmail.com

மகாகவி தந்த பேரொளியில்...

இளம்பிராயத்து ஆர்வத்தோடு கவிதைகளைத் தேடித்தேடி வாசித்துக் கொண்டிருந்த என்னை, 1980-களின் மத்தியில் மூன்று வரிக் கவிதைகள் ஈர்த்தன. அவற்றை வாசிக்க வாசிக்க, நாமும் எழுதலாமே என்கிற எண்ணம் எனக்குள் எழுந்தது.

தொடக்கக் காலத்தில் மூன்று வரிக் கவிதைகள், ஜப்பானிய ஹைக்கூ கவிதைகள் என்கிற புரிதல் இல்லாமல்தான் எழுதினேன். பின்னர், கவிக்கோ அப்துல்ரகுமான், எழுத்தாளர் சுஜாதா ஆகியோரின் ஹைக்கூ அறிமுகக் கட்டுரைகளும், கவிப்பேரருவி ஈரோடு தமிழன்பனின் 'சூரியப் பிறைகள்', ஓவியக் கவிஞர் அமுதபாரதியின் 'புள்ளிப் பூக்கள்', அக்கா கவிஞர் மித்ராவின் 'ஹைக்கூ கவிதைகள்', அண்ணன் பாவலர் அறிவுமதியின் 'புல்லின் நுனியில் பனித்துளி' ஆகிய ஹைக்கூ நூல்களே, ஹைக்கூ பற்றிய புரிதலை எனக்குத் தந்தன.

ஜப்பானிய ஹைக்கூ பற்றி கூடுதலாக தெரிந்துகொள்ள வேண்டும் என்கிற எனது தணியாத ஆர்வத்திற்கு பெருந்துணையாக இருந்தது கவிப்பேரருவி ஈரோடு தமிழன்பனின் 'சூரியப் பிறைகள்' நூலில் அவர் எழுதியிருந்த 'வாசல் ஓர வாசகம்' எனும் 22 பக்க அளவிலான சற்றே பெரிய முன்னுரைதான். இந்நூலில் கவிதைகளுக்கான ஓவியங்களையும் அய்யா ஈரோடு தமிழன்பனேத் தீட்டியிருந்தார் என்பது கூடுதல் சிறப்பு.

1985ஆம் ஆண்டு பிப்ரவரியில் வெளியான இந்த நூல், 1990-களில் தான் என் பார்வைக்கு வந்தது. ஹைக்கூ குறித்த தெளிவான புரிதலையும்

அதன்மேல் தீராக் காதலையும் உண்டாக்கியதில் இந்த நூலின் முன்னுரைக்கு என் மனதில் என்றும் முதன்மையான இடமுண்டு. இதுவரை பல நூறு முறையாவது அந்த முன்னுரையை நான் படித்திருப்பேன். ஹைக்கூ பற்றி ஏதேனும் சந்தேகம் எழும் போதெல்லாம் கைவிளக்காகப் பயன்படுவது 'சூரியப் பிறைகள்' நூலும் அதன் முன்னுரையும்தான்.

25 ஆண்டுகளுக்கு முன்னால் 1993இல் புதுக்கோட்டையில் நடைபெற்ற கம்பன் கழக விழா கவியரங்கில் பங்கேற்க வந்திருந்த கவிப்பேரருவி அய்யா ஈரோடு தமிழன்பனை முதன்முதலாகச் சந்தித்தபோதும் அவரிடம் இதைப் பகிர்ந்தேன். ''ஹைக்கூவில் தொடர்ந்து இயங்குங்கள்...'' என்று ஒரு புன்னகையோடு, என் தோள்மீது கைவைத்து தட்டிக் கொடுத்தார். இன்றளவும் காதலோடு ஹைக்கூ கவிதையில் நான் இயங்கிக் கொண்டிருப்பதற்கான ஆதார சுருதியாக இருந்து அய்யாவின் ஆலோசனைகளும் பாராட்டுகளுமே என்னை வழிநடத்துகின்றன.

ஹைக்கூ பற்றி தெரிந்துகொள்ளும் ஆர்வத்தோடு வரும் நண்பர்களுக் கெல்லாம் பல முறை 'வாசல் ஓர வாசகத்தை' நகலெடுத்துக் கொடுத்தே, அதன் பக்கங்கள் சேதமடைந்தன. அய்யாவைச் சந்திக்கும் போதெல்லாம் நான் கேட்பது ஒன்றே ஒன்றுதான்.

''இன்றைக்கு ஹைக்கூ பரவலாக அறியப்பட்டு விட்டது. சென்ரியு பற்றியும் ஜப்பானிய இந்திய ஹைக்கூவின் போக்குகள் பற்றியும் நீங்கள் எழுத வேண்டும்... அய்யா!'' என்பேன்.

என் எளிய வேண்டுகோளை ஏற்று, 'இனிய ஹைக்கூ' இதழில் வாசகர்களின் ஹைக்கூ குறித்த கேள்விகளுக்குப் பதிலளித்தார். 'திசை எட்டும்' மொழியாக்க இதழின் 'தமிழ் ஹைக்கூ நூற்றாண்டுச் சிறப்பிதழுக்கு' விரிவான நேர்காணல் ஒன்றையும் வழங்கினார்.

16 ஆண்டுகளுக்கு முன்னால் சென்னைப் பல்கலைக்கழகத்தில் ஆற்றிய 'ஹைக்கூ சென்ரியு' உரை என் கையில் கிடைத்த அந்தக் கணம், என்னால் மறக்கவே முடியாது. அன்றைய இரவே படித்து முடித்தேன். இந்தப் புதையல் எனக்கு மட்டுமே கிடைத்ததாக இல்லாமல் பலரும் படித்துப் பயனடைய வேண்டும் என்கிற பேராவலில் இந்நூலாக மலர்கிறது.

இதனை நூலாக்கும் பணியை என் வசம் தந்த எங்கள் காலத்து வாழும் மகாகவியாக விளங்கும் அய்யா ஈரோடு தமிழன்பன் அவர்களுக்கு என் நன்றி. என்றும் ஹைக்கூ பயணத்தில் தொடர்ந்து இயங்கும் வாசகனாக இருப்பதில் பெருமிதம் கொள்கின்றேன்.

- மு.முருகேஷ்

மூவடியால் முறைமை செய்யும் முன்...

ஈரோடு தமிழன்பன்

கடந்த வாரம், காணாமற் போன என் கவிதைகள் வெளிவந்த ஏடுகளைக் கைப்பற்ற ஒரு தேடுதல் வேட்டையை நடத்திய போது, கைகளில் அகப்பட்டது, ஒளியச்சு செய்யப்பட்டிருந்த இக்கட்டுரை. 2002 -ஆம் ஆண்டு சென்னைப் பல்கலைக்கழகத்தில் நான் நிகழ்த்திய ஒரு பேச்சு இது. அப்படி ஒரு பேச்சை நான் நிகழ்த்தினேன் என்பதே என் நினைவில் அதைக் காணும்வரை எனக்கு இல்லை. ஹைக்கூ, சென்ரியு வகை ஜப்பானியக் கவிதைகள் குறித்த அவ்வுரையைப் படித்துப் பார்த்தேன். ஒருவேளை இன்றைய ஹைக்கூ, சென்ரியு குறித்த புரிதல்களை நோக்க இது, பழைமையானதாகவோ, பயனற்றதாகவோ இருக்கக் கூடும் என்னும் எண்ணத்துடன் தான் அதற்குள் ஒரு மறுவாசிப்பை மேற்கொண்டேன். ஆனால், இன்றும் கூடப் பயன்தரும் குறிப்புகள் பலவற்றை நான் காண நேர்ந்தபோது ஒரு சிறுநூலாக வெளியிட்டால் என்ன என்கிற எண்ணம் ஏற்பட்டது.

ஹைக்கூத் தவம் செய்துவரும் கவிஞர் முருகேசுவிடம் ஒப்படைத்தால் இது நூல் வடிவில் ஹைக்கூ உலகைத் தமிழகத்தில் சட்டென்று எட்டிவிடும் என்ற காரணத்தால் அவரிடம் கொடுத்து, “வெளியிடலாமா பாருங்கள்...” என்றேன். அவரிடம் சேர்ப்பித்தவுடனேயே படித்துவிட்டு, தேடிக்கொண்டிருந்த பழைய ஏட்டுச்சுவடியைக் கண்ணுற்ற உ.வே.சாமிநாதப் பேருணர்வுப் பெருந்திளைப்பில், “ஐயா! ஒரு புதையல் கிடைத்த மகிழ்ச்சி எனக்கு;

புத்தகமாகப் போட்டுவிடலாம்'' என்றார். அவருடைய 'இனிய ஹைக்கூ' இதழில் ஹைக்கூ குறித்த வினாக்களுக்கெல்லாம் நான் விடை சொல்லிவந்த நினைவும், 'திசை எட்டும்' மொழியாக்க இதழுக்கு நேர்காணல் என்னிடம் நிகழ்த்தி வெளியிட்ட நீண்ட கட்டுரை நினைவும் என் நெஞ்சில் நெடும் பாய்ச்சல் நிகழ்த்தின. என்பால் ஆசையும் அக்கறையும் கொண்ட கவிஞர் முருகேசுவின் அகநி வெளியீடாக இச்சிறு நூல் வெளிவருகிறது.

இந்நூல் ஹைக்கூ பற்றிய கூடுதலான தெளிவை, ஹைக்கூ எழுதும் கவிஞர்களுக்கும் ஹைக்கூ திறனாய்வு செய்பவர்களுக்கும் தரும் என்பது என் நம்பிக்கை. அங்கும் இங்குமாய்த் தேடிக் காண வேண்டியவற்றை முயன்று நான் திரட்டித் தந்துள்ளேன். ஹைக்கூ, சென்ரியு தோற்றம், வரலாறு, ஆக்கம், நுட்பம், தனித்தன்மை ஆகிய பலவற்றையும் இந்நூல் வழிப் பெற முடியும்.

உலகளாவிய நிலையில் ஹைக்கூ வளர்ந்து வருவதையும், இந்தியாவில் பல்வேறு மொழிகளில் ஹைக்கூ பரவி வருவதையும் இந்நூலுள் காணலாம். என் ஹைக்கூ குறித்தான விளக்கமான 'திசை எட்டும்' நேர்காணலையும், 'இனிய ஹைக்கூ' இதழில் நான் விடைகளாக, ஹைக்கூ பற்றித் தெரிவித்து வந்த கருத்துக்களையும் இச்சிறு நூலுக்குச் சிறகுகளாக முருகேசு சேர்த்திருக்கிறார்.

இவ்வுரையை நிகழ்த்த எனக்கு வாய்ப்பளித்த சென்னைப் பல்கலைக் கழகத்திற்கு நன்றி. அதன் தமிழ்த்துறைப் பேராசிரியர்களுக்கும் நன்றி.

ஹைக்கூ பற்றி இன்னும் கூடச் சில நூல்களை எழுத எனக்கு எண்ணமும் விருப்பமும் உண்டு. இதுவரையில் நான் ஹைக்கூ, சென்ரியு, லிமரைக்கூ ஆகிய கவிதை வகைமைகள் குறித்து எழுதியவற்றைத் தொகுத்தால் கூட, ஒரு பெரிய நூல் கிடைக்க வாய்ப்பு உண்டு; பார்ப்போம்.

கவிஞர் முருகேசுவின் 'அகநி' வெளியீட்டகத்திற்கு என் நன்றி.

- ஈரோடு தமிழன்பன்

19.12.2018,

சென்னை.

ஹைக்கூ - சென்ரியூ

மூன்றடியாய் உலகை அளந்திருக்கும் ஹைக்கூ கவிதை பற்றி எண்ணற்ற கருத்தோட்டங்கள் இடையறாமல் காணக் கிடக்கின்றன. அது, தோன்றிய ஜப்பானிய நாட்டில் இன்றும் விருப்பத்திற்கு உரிய கவிதையாக இருப்பது போலவே - உலகின் பல பகுதிகளிலும், பல மொழியாளர்கள் இடையேயும் விருப்பத்திற்கு உரியதாக உள்ளது.

ஹைக்கூ- இலக்கணம் பற்றியும் - அதன் செய் நுட்பங்கள் பற்றியும் விவாதங்கள் இன்று எங்கெங்கும் நிகழ்ந்து கொண்டிருக் கின்றன. பத்திரிகைகளால் பதிப்பகங்களால், பல்கலைக் கழகங்களால், பள்ளிக் கல்வித் திட்டங்களால் விலக்கி வைக்க முடியாதபடி- தனது தாக்கத்தை ஹைக்கூ வலுவாகச் செலுத்தி வருகிறது.

இதுவரை ஹைக்கூ பற்றிச் சொல்லப்பட்டு வந்த இலக் கணங்களை அண்மையில் தொகுத்தபோது - 65 விதிமுறைகள் எண்ணிக்கைப்படுகின்றன.

ஹைக்கூ முன்னோடி பாஷோ ஒருமுறை சொன்னார்: ''ஹைக்கூ இலக்கணத்தை நன்கு கற்றுக் கொள்ளுங்கள். அப்புறம் மறந்து விடுங்கள்!''

வந்து சென்ற இலக்கண விதிமுறைகளை முதலில் பார்த்து விட்டு - இதன் தோற்றத்தையும் வரலாற்றையும் ஓரளவு காணலாம்.

1. பதினேழு அசைகள் கொண்ட ஒரு வரி.
2. பதினேழு அசைகள் கொண்ட மூன்று வரிகள்.

3. ஐந்து, ஏழு, ஐந்து என்று பதினேழு அசைகள் அமைந்த மூன்று வரிகள்.
4. செங்குத்தாக அமைந்த ஒரு வரியில் 17 அசைகள்.
5. பதினேழு அசைகளுக்குக் குறைவான அசைகளில் குறுகிய - நெடிய - குறுகிய என்று மூன்று வரிகள்.
6. குறுகிய, நெடிய - குறுகிய மூன்று செங்குத்து வரிகளில் பதினேழு அசைகள் கொண்டதாக;
7. ஒரு மூச்சில் சொல்லி முடிக்கக் கூடியதாக;
8. பருவத்தைக் குறிக்கும் ஒரு சொல் - (Kigo) பயன்படுத்துக. மறைமுகமாகப் பருவத்தைச் சுட்டினாலும் சரி.
9. முதலடி அல்லது இரண்டாவது அடியில் ஒரு நிறுத்தம் கொடு; இரண்டு அடிகளிலும் அல்ல.
10. மூன்று வரிகளும் ஒரு வாக்கியமாகும்படி எழுதாதே; தொடர் ஓட்டம் தவிர்க்க.
11. இரண்டு படிமங்கள் இருக்கட்டும். மூன்றாவது படிமத்தை ஏற்றி வைக்கும்போது அவையிரண்டும் ஒப்பானவையாக இருக்கட்டும்.
12. இரண்டு படிமங்களைப் பயன்படுத்துக - மூன்றாவது படிமம் ஒளியூட்டும்போது - அவை இரண்டும் - ஒன்றோ டொன்று சேர்ந்தவையாய் இருக்க வேண்டும்.
13. இரண்டு படிமங்கள் பயன்படுத்துக - மூன்றாவது படிமத் தால் அவை ஒன்றிற்கு ஒன்று முரண்பட்டதாக இருக்க வேண்டும்.
14. இங்கு, இப்போது - என்னும்படி எப்போதும் நிகழ்காலத் தைப் பயன்படுத்துக.
15. தன்மை மாற்றுப் பெயர்களை (Personal Pronouns) அள வாகப் பயன்படுத்துக: பயன்படுத்தாமையும் நல்லது.
16. தன்னிரக்கம் (Lower Case) வெளிப்படும் இடத்தில் இருக்கும் தன்மை மாற்றுப் பெயரைப் பயன்படுத்துக.
17. வந்து கொண்டிருக்கும் - சொல்லிக் கொண்டிருக்கும் என்பன போன்ற தொடர் (gerunds) எச்சங்களை நீக்குக.

18. அந்த, ஒரு போன்ற அடைகளைப் பயன்படுத்துவதில் (articles) கவனம் தேவை.

19. பொதுவாகப் புரியும் வாக்கியப் பொருளில் சொற்றொடர் களைப் பயன்படுத்துக.

20. துண்டு துண்டாக வாக்கியங்களைப் பயன்படுத்துக.

21. படிமங்கள் எப்படிப் பயன்படுத்தப்பட்டுள்ளன என்பதைக் கவனி. முதலில் பரவலான கோணம் Wide - அடுத்து இடைப்பட்ட கோணம் - அதன் பிறகு நெருக்கத்தில் - உருப் பெருக்கத்துக் கோணம் Zoom.

22. எதிர்பாராத 'அடி' இறுதியில் மட்டும் இருக்கட்டும்.

23. கவனத்தை ஈர்ப்பதாக - கண்ணைக் கவருவதாக முதல் அடியை உருவாக்கு.

24. எளிய பொருளை - எளிய முறையில் - எளிய வழியைப் பயன்படுத்தி எழுதுக.

25. 'ஜென்' மெய்யியல்படி: உன் ஹைக்கூ வார்த்தைகளற்ற முறையில் படிமங்களால் படைப்பானதை வெளிப்படுத் தட்டும்.

26. எந்த மதத்தையோ, தத்துவத்தையோ கற்று வை; உன் ஹைக்கூவின் பின்னணியில் அது எதிரொலிக்கட்டும்.

27. பருமைப் படிமங்களையே பயன்படுத்துக.

28. படிமங்களுக்கு வேண்டிய கவித்துவ வெளிப்பாட்டை உண்டாக்குக.

29. ஹைக்கூவில் - அர்த்த அடுக்குகளுக்கு முயற்சி செய். மேற்பரப்பில்- அது எளிய படிமப் படலமாக இருக்க - உள்ளர்த்தமாக - மெய்யியல் - அல்லது வாழ்க்கைக்கான பாடம் இருக்கட்டும்.

30. ஊர்ப்புறத்துத் தனிமைப்பாட்டையோ (seclusion) அல்லது நன்கறிந்த ஏற்புத்தன்மை ஒப்புக்கொண்ட எளிமைப் பாட்டையோ (accepted poverty) எழுப்பும்படியாகப் படிமங்களைப் பயன்படுத்துக (Elegant seperateness).

31. விழுமிய - உயர்வற - உயர்ந்த பிரிவை எழுப்பும் படிமங் களைப் பயன்படுத்துக.

32. ஆன்மிக அழகு உணர்வை (Austere Beauty) எழுப்பும் படிமங்களைப் பயன்படுத்துக.

33. புதிர்மையான - தனிமையை எழுப்பும் படிமங்களைப் பயன்படுத்துக (Mysterious lonlines).

34. முரண்களைப் பயன்படுத்துக.

35. சிலேடைகளை - சொற்சிலம்பாட்டத்தைக் கையாள்க.

36. நடைமுறைச் சாத்தியமற்றதையும்- எளிய முறையில் வெளிப்படுத்துக.

37. மனிதனை மேன்மைப்படுத்தும் - உயர்தரமான படிமங் களைக் கையாள்க. (போர்; அப்பட்டமான காமம்; குற்றச் செயல்கள் வேண்டாம்).

38. நம்மைச் சுற்றி எதார்த்தமாகக் காணப்படுபவற்றைச் சொல்லுக.

39. இயற்கையிலிருந்தே படிமங்களைப் பயன்படுத்துக.

40. இயற்கையின் ஒருகூறுக்குத் தொடர்புபடுத்தி மானுடத்தை யும் மானுட இயற்கையையும் ஹைக்கூவில் கலக்கலாம்.

41. மானுட இயல்பல்லாததை மானுடத்தில் பொருத்தி இப்படி இயற்கையற்ற தன்மையைச் சொல்லும் ஹைக்கூவுக்கு வேறு பெயர் வந்துவிடும்.

42. உன்னைப் பற்றிய எக்குறியும் வேண்டாம்.

43. அப்படிச் சொல்ல வேண்டி நேர்ந்தால்- கவிஞன் - இம் முதியவன் என்றோ, தன்மை மாற்றுப் பெயரிலோ எழுதுக.

44. குழப்பம் தரும் எந்த நிறுத்தக் குறியும் வேண்டாம்.

45. பொதுவான - வாக்கியத்திற்குரிய நிறுத்தக் குறிகள் போதும். முற்றுப்புள்ளி [.] அரைப்புள்ளி [;] சிறிய நிறுத்தம் [,] சொல்லாது விட்டதைக் குறிக்க [....] சொன்னதையே வேறு சொற்களில் சொல்ல [---]

46. ஒவ்வொரு வரியின் முதற் சொல்லை - பெரிய எழுத்தில் (Capital) தொடங்குக.

47. முதல் வார்த்தையை மட்டும் - பெரிய எழுத்தில் தொடங்குக.

48. ஆள், இடம் முதலியவற்றைக் குறிக்கும் பெயர்களில் முதல் எழுத்து, பெரிய எழுத்தாக இருக்கட்டும்.

49. எழுத்தின் சிறிய பொதுமுறை வடிவத்தைக் கையாள்க - எல்லாச் சொற்களிலும்.

50. எழுத்தின் மேலின வகையினையே கையாள்க.

51. முதலடியின் ஈற்றிலும் - மூன்றாம் அடியின் ஈற்றிலும் சந்தத்தைக் கையாள்க.

52. ஹைக்கூவினுள் - மற்ற இடங்களில் சந்தங்களைக் கையாள்க.

53. சந்தங்களைத் தனித்துப் பயன்படுத்துக.

54. அடுக்குத் தொடர்களைப் பயன்படுத்துக.

55. உணர்வுகளை எதிரொலிக்கச் சொற்களின் ஓசைகளைப் பயன்படுத்துக.

56. எப்போதும் ஹைக்கூவின் இறுதி பெயர்ச் சொல்லாக இருக்கட்டும்.

57. 'ஆகா' என்னும் அதிசயத் தருணத்தில் ஹைக்கூ புனைக.

58. ஹைக்கூவை வளர்க்கவும் எழுதவும் எந்தத் தூண்டு தலையும் தொடக்கப்புள்ளியாகப் பயன்படுத்துக (Desk Haiku).

59. வினைச் சொற்களை முற்றாகத் தவிர்க்க; அல்லது மிகக் குறைவாகப் பயன்படுத்துக.

60. உள், மேல், இடத்தில், இடையே - என்பனவற்றை (Prepositions) எங்கெல்லாம் முடியுமோ அங்கெல்லாம் தவிர்த்து விடுக (குறிப்பாக - முதல்- மூன்றாவது வரிகளில்).

61. வினை உரிச் சொற்கள் வேண்டாம் (Adverbs).

62. பெயர்ச் சொல்லில் ஒன்றுக்கு மேற்பட்ட உருத்திரிபுகள் (Modifier) - வேண்டாம். ஹைக்கூவின் முழுப் பொருண்மைக்கு ஏற்பக் குறைத்துவிட வேண்டும்.

63. உன் கடிதங்களின் கீழ் - உன் ஹைக்கூவைப் பகிர்ந்து கொடு.

64. உன் ஹைக்கூவை - ஒரு கவிதையாக மதிப்புக் கொடுத்து நடத்து. அது வாழ்த்து அட்டைச் செய்யுள் இல்லை.

65. உனக்குத் தோன்றும் எல்லா ஹைக்கூவையும் எழுதுக. மோசமானதைக் கூட, அது அடுத்துவரும் நல்ல ஹைக்கூவைத் தூண்டி விடலாம்.

இப்படிச் சொல்லப்பட்ட இலக்கண விதிமுறைகளை- ஹைக்கூவின் முன்னோடிகளே பின்பற்றவில்லை என்பதை 'மின்மினிக் கூடு' Cage of five Flies - என்ற நூலின் முன்னுரையில் - கல்லறையிலிருந்து வெளியே வந்து அவர்கள் நிகழ்த்துவதாக எழுதப்பட்டுள்ள உரையாடல்களில் காண முடியும்.

பொதுவாக நாம் அறிந்து - பரவலாகப் பேசப்பட்டு வருகிற 5 - 7 - 5 எ‌ன்கிற அசை நிலை அமைப்புகள்கூட - ஜப்பானிய மொழியில் உள்ளவாறு புரிந்துகொள்ளப்படவில்லை என்று இப்போது கூறுகிறார்கள். ஆங்கிலத்தில் சொல்லப்படுகிற Syllables அல்லது தமிழில் நாம் கருதியிருக்கிற அசை நிலைகள் - ஜப்பானிய ஹைக்கூ வரிகளில் அமைந்துள்ள 5 - 7 - 5 அமைப்பைக் குறிக்காது. ஜப்பானிய மொழியில் உள்ள Jion (Symbol word) - உம் - onji - (Sound symbol) ஆங்கிலத்தில் தவறாக மொழி பெயர்க்கப்பட்டுப் பற்பல ஆண்டுகளாகப் பயன்படுத்தப்பட்டு வருகின்றது. மேற்கத்திய - Syllable என்பதோடு ஜப்பானிய Jion அல்லது onji - பொருந்தாது. மாத்திரை அளவில் இவற்றிடையே வேறுபாடு உண்டு. எனவே தமிழின் அசைகளோடு நாம் ஜப்பானிய ஓசைக் குறியீட்டை அல்லது குறியீட்டு அசைகளோடு நாம் ஜப்பானிய ஓசைக் குறியீட்டை அல்லது குறியீட்டு ஓசையைப் பொருத்திப்பார்ப்பது பொருந்தாது. ஜப்பானிய ஹைக்கூ ஒன்றில் - ஏழு அல்லது எட்டுச் சொற்கள் இருக்கும். அதிகமாகப் போனால் பத்துச் சொற்கள்; அவ்வளவுதான்.

ஹைக்கூவிற்கு - செப்பலோசை, தூங்கலோசை போல எந்த ஓசையமைப்போ - சந்த அமைப்போ கிடையாது. இத்தாலிய

மொழியைப் போல, ஏறத்தாழ எல்லா ஜப்பானியச் சொற்களும் உயிர் எழுத்தில் முடிவன. எனவே, இயல்பான மென்மையும் இசைத்தன்மையும் இவற்றுக்கு உண்டு. சில நவீன கவிதைகளைத் தவிர ஜப்பானியக் கவிதைகளில் தூய ஜப்பானிய மொழிச் சொற்களே இடம் பெறுகின்றன. இவற்றின் உயிர் எழுத்துக்களும் குறுகி ஒலிப்பன.

சீன மொழியிலிருந்து கிளைத்த பல ஜப்பானியச் சொற்கள் ஹைக்கூவில் பயன்படுத்தப்படுவது உண்மையே. அவற்றை KANGO (காங்கோ) என்பர். தூய ஜப்பானியச் சொல்லில் கிடைக்காத ஆற்றலும் அழுத்தமும் அவற்றில் இருக்கின்ற காரணத்தால் - அவற்றை ஹைக்கூவில் பயன்படுத்துகின்றனரே அல்லாமல்-சந்தக் காரணங்களுக்காக அன்று.

ஐரோப்பியக் கவிதைகளிலிருந்து ஜப்பானியக் கவிதைகளை வேறுபடுத்துவதே இத்தகைய ஓசையமைப்பும், சந்த அமைப்பும் இல்லாத இயல்புதான்.

மேலே சொல்லப்பட்ட 65 இலக்கண விதிமுறைகளோடு சேர்த்து எண்ணத்தக்க கருத்துகளில் இன்றியமையாதது என்ப தனால் இதனை மட்டுமே மேலதிகமாக இங்கே குறிக்க வேண்டிய தாயிற்று.

ஹைக்கூ பற்றிய சுருக்கமான வரலாறு:

ஜப்பானிய இலக்கியத்தில் மிகத் தொன்மையானது 'தன்கா' என்பர். கி.பி.760-க்கும் முற்பட்ட - எழுத்து வடிவமான பதிவுகள் இல்லாத காலத்திலேயே ஜப்பானில் முகிழ்த்த இதனை, கடவுளிடம் பேசவும் - ஆளும் அரசர்களைப் புகழவும் அங்குப் பயன்படுத்தியுள்ளனர். 5, 7, 5, 7, 7 - அசைகளைக்கொண்டு 5 வரிகளில் ஆகிய இக் குறு வடிவம் நினைவிற் கொள்ளவும், உடனே சொல்லி முடிக்கவும் வாய்ப்பாக இருந்தமையால் இந்நூற்றாண்டு வரை செல்வாக்கு உடையதாகவே இருந்து வருகிறது.

ஓர் எடுத்துக்காட்டான தன்கா;

> Silver, gold and jewels -
> They are to me but trash pilledup
> Nothing can campare with
> A treasure of Child!

வெள்ளி, தங்கம், அணிமணிகள்
அவை எனக்கு குவிக்கப்பட்ட வெறும் குப்பைதான்
எதுவும் ஈடாகாது
ஒரு குழந்தைச் செல்வத்திற்கு.

தன்கா பற்றிய சிந்தனையிலிருந்து ஹைக்கூவிற்குத் தாவி விடாமல் இடையே 'ரெங்கா' என்ற இணைப்புக் கவிதையின் தோற்றமும் வளர்ச்சியும் குறித்துப் பார்த்தாக வேண்டும் - விரிவாக இல்லாவிட்டாலும் ஓரளவேனும். ஏனெனில் தன்காவுக்குப் பிறகு முகம் காட்டிய கவிதை ரெங்காதான். ஆனால் கடவுளர், மன்னர்கள் மீது பாடப்பட்ட தன்கா போல் அல்லாமல் - பொழுது போக்கிற்காக உருவான ஓர் இலக்கிய விளையாட்டாகவே ரெங்கா பயன்பட்டது. 5, 7, 5 அசைகள் கொண்ட பாதியடிகளை ஒருவர் புனைய, 7, 7 அசைகள் கொண்ட மீதியடிகளை மற்றொருவர் புனைவார். கேலி, கிண்டல், நகைச்சுவைக் கூறுகளைக் கொண்டதாகவே அமையும் இக்கவிதை வகையில் - திருகலான சொற்களும் (Pivot words) கொச்சை வழக்குகளும் கூட இடம் பெறும். கி.பி. முதல் நூற்றாண்டிலேயே இக்கவிதை வகை அரச வைகளில் வளர்ந்ததாக ஆய்வாளர்கள் கூறுகின்றனர்.

தன்கா வகைக் குறுங்கவிதைகள் பல்கிப் பெருகி விட்டாலும்-வரவர அவற்றில் குழப்பங்கள் குடியேறிவிட்டதாலும், எளிமையாய், வேடிக்கையாய் அமைந்த இணைப்புக் கவிதைகளின் பக்கம் மக்கள் கவனம் திரும்பியது; இணைப்புக் கவிதைகளும் பல்கிப் பெருகின.

இலக்கிய வட்டத்தில் குறுங்கவிதைகள் கோலோச்சிய காமகுரா (Kamakura Period) காலத்தில் இணைப்புக் கவிதை எழுதுபவர்கள் இரண்டு வகையினராகப் பிரிக்கப்பட்டனர். அவ்வகைகளின் பெயர்கள் உசின்கா (Ushin-ha), முசின்கா (Mushin-ha) என்பன.

குறுங்கவிதைகள் போலப் பொருட் சிறப்பும், மொழிச் சிறப்பும் படைத்த கவிதைகள் எழுதுவோர், உசின்கா (Refined School) என்று குறிக்கப் பெற்றனர்.

முன்னவர் போலவே நகைச்சுவை, வேடிக்கைக் கவிதைகளை எழுதியவர்கள் - முசின்கா (Unrefined School) பிரிவினர் என்று பேசப்பட்டனர். அவர்களின் கவிதைகளை ஹைக்கூ - நொ -

ரெங்கா என்று கூறினர் - சுருக்கமாக ஹைகை (Haikai) என்று சுட்டினர்.

நகைச்சுவை இணைப்புக் கவிதைகள் அடிக்கடி ரெங்கா விருந்துகளில் (Ranga parties) ஒரு கேளிக்கை அம்சமாக இடம் பெற்றன. அர்த்த கனம் இழந்து - வெறும் அகடவிகடமாக அது தேய்வு நிலைக்கு உள்ளானது.

அதே சமயத்தில் தீவிரத் தேடலாக - இணைப்புக் கவிதைகள் இயற்றுவதில் இறங்கியவர்கள், உச்சத்தை எட்டி உட்கார்ந்தனர். முன்னைய குறுங்கவிதைகள் போலப் புரியாமையும், குழப்பமும் மிகும்படி - அவ்வப்போது இறுக்கமான விதிமுறைகளைப் புகுத்தினர். நினைவில் வைத்திருந்து சொல்ல முடியாத ஒரு நிலைமை - அவற்றை எழுதிய கவிஞர்களுக்கே உண்டானது. இந்நிலையில் - 14-ஆம் நூற்றாண்டின் இறுதியில் - நியோயோசி மோட்டோ என்பவர் இணைப்புக் கவிதைகளுக்குப் பல விதிமுறைகளை வகுத்தார். அவை, பிறகு திருத்தம் பெற்றன; புதுவிதிகளும் சேர்க்கப்பட்டன.

இதன் பிறகுதான் இணைப்புக் கவிதைகளின் தொடக்கப் பகுதியாகிய ஹொக்கு (Hokku) ஒரு முழு வாக்கியமாக இருக்க வேண்டும். நான்கு இயற்கைப் பருவங்களில் ஏதேனும் ஒன்றையோ - மற்றதையோ குறிக்கும் ஒரு சொல் இருக்க வேண்டும் என்ற விதிமுறை உண்டானது. இப்படி வரும் பாதி வரிகள் மிக முக்கியமானவை. மிகச் சிறந்த கவிஞர்களே இப்படிப்பட்ட இணைப்புக் கவிதைக்கான முதல் பாதி வரிகளை எழுதத் தகுதியுடையவர்களாகக் கருதப் பெற்றனர். அவர் கொடுத்த வரிகளை வைத்துக்கொண்டு, மூவர் முதல் ஐவர் வரை - இணைப்பு வரிகளைப் புனைய முற்படுவார்கள். இவ்வெண்ணிக்கையில் விதிவிலக்குகளும் உண்டு. ஆயிரம் முதல் பத்தாயிரம் வரையிலான அடிகளில் இணைப்புக் கவிதைகள் வளர்ந்தன.

ஹைக்கூ என்று பின்னாட்களில் பெயர் சூட்டப்பட்ட இந்த ஹொக்கு முரோமாச்சிக் காலத்தின் தொடக்கத்தில் (1339 - 1565) இணைப்புக் கவிதைகளுக்கு என்றில்லாமல் தனியாக எழுதப்படும் நிலை தோன்றியது.

குறுங்கவிதைகளின் கடுமையான விதிமுறைகள் காரணமாக இணைப்புக் கவிதைகள் - இப்படித் தடம் பதித்து வளர்ந்து வந்த சூழல் - மேலும் மாற்றங்களைச் சந்தித்தது.

காலப்போக்கில் மேட்டுக்குடியினரின் விளையாட்டுச் சாதனமாக மாறியதோடு உசின்கா - இணைப்புக் கவிதை புதுப் புது விதிமுறைகளில் சிக்குண்டு, குழப்பத்திலும் தேய்விலுமாகச் சலிப்புக்கும் வெறுப்புக்கும் இடமானது.

இச் சூழ்நிலையில் (முசின்கா) - இணைப்புக் கவிதை வகையில் மற்றொன்றாகிய ஹைகாய் அல்லது நகைச்சுவை இணைப்புக் கவிதை (Comic linked verse) தாக்குப்பிடித்துத் தலைதூக்கிப் புதிய ஆற்றலோடு முகம் காட்டியது.

இப்படிப்பட்ட ஊட்டத்தைக் கொடுத்துப் புத்துயிர்ப்பைக் கொடுத்தவர்களில் யாமாசாகி சோகன் (Yamazaki Sokan) *(1465 - 1553)*, அரிகிதா மொரிதகே (Arakida Mortitake - 1472 - 1549) இருவரும் குறிப்பிடத்தக்கவர்கள். இவர்களின் பணியால் ஹைகாய் - பொது மக்களிடையே மிகுந்த வரவேற்பைப் பெற்றது - நாடு முழுவதும் பரவியது. ரெங்கா படிப்படியாக வீழ்ச்சியடைய - ஹைகாய் முதன்மையைப் பெற்றது.

சோகன், மொரிதகே - இருவரையும் அக்காலச் சூழலில் வெல்வார் எவரும் இல்லை. விழுமிய நகைச்சுவை - மக்கள் மொழி - அன்றாட வாழ்வில் இருந்து எடுத்துக்கொள்ளப்பட்ட பாடு பொருள்- எனக் கவர்ச்சிப் பிம்பமாக ஹைகாய் வெளி வந்தது. தான் எழுதிய பெரும்பான்மையான கவிதைகளை உள்ளடக் கியதாக சோகன் தொகுத்து வெளியிட்ட 'The Inu Tsukuha Sha' என்ற நூல் பரவலாக அன்று பேசப்பட்டது. காட்டாக ஒரு ஹைகாய்,

'நான் அவனைக் கொல்ல விரும்புகிறேன்
நான் அவனைக் கொல்ல விரும்பவில்லை'

என்ற பாதி வரிகளுக்குச் சோகன் உடனே எழுதிய இணைப்பு வரிகள் -

'ஆ! அந்தத்திருடனை நான் பிடித்துவிட்டேன்!
அவன் என் மகன் என்று தெரிந்துவிட்டது!'

மதபோதகராக விளங்கிய மொரிதகே - சோகனைப் போல் அல்லாமல் - வெறும் நகைச்சுவை வேடிக்கை விளையாட்டு களிலிருந்து விலகி - உயர்ந்த நடையில் எழுதினார். 'ஓராயிரம் தொடக்கக் கவிதை வரிகள் (one thousand hemistics)' என்ற

இவருடையதுதான், முதன்முதலாக வெளிவந்த ஹைகாய் இணைப்புக் கவிதை நூல் என்று ஆய்வாளர்கள் கூறுகின்றனர். ரெங்காவின் தரங்களுக்கு அப்பால் - ஹைகாய்க்குப் புதிய விதிமுறைகள் உருவாக்கியவர் மொரிதகே.

தனித்துவம் வாய்ந்த அவருடைய ஹொக்கு வகை மாதிரிக்கு எடுத்துக்காட்டு.

புத்தாண்டின் முதல் நாள் காலையில்
கடவுளின் வயதுபற்றிக் கூட நான் எண்ணினேன்.

On the morning of New Years Day
I think even the Age of Gods.

உதிர்ந்த பூக்களா கிளைக்குத் திரும்புகின்றன;
இல்லை அவை சிறகடிக்கும் பட்டாம்பூச்சிகள்.

Fall'n flowers flew back to the branch
Nay, they were fitting butterflies

இக் காலக்கட்டத்திலிருந்து ஹொக்கு - ஒரு தனி இலக்கிய வடிவம் மாதிரி உறுதியாக வளரத் தொடங்கியது. (கி.பி. 15 ஆம் நூற்றாண்டு).

காலப் போக்கில், சோகன், மொரிதகே ஆகிய இருவரின் மரணத்திற்குப் பிறகு - ஒரு கால் நூற்றாண்டுக் காலம், ஹைகாய், நிலை தாழ்வுற்றுக் கிடந்தது.

மாட்சுநாகா டெய்டோகு (Matsunaga Teitoku 1570 - 1653) என்பவரின் தளரா முயற்சியால் மீண்டும் ஹைகாய் தலை நிமிரத் தொடங்கியது. அவரும் அவருடைய மாணவப் பட்டாளமும் - ஹைகாய்க் கவிதைகளுக்குப் புத்துயிர்ஊட்டி வளர்த்தனர். ஆனாலும் முன்னைய, தரம் குறைந்த நகைச்சுவை, சொற்சிலம்பங்கள் ஆகியவற்றையே முதன்மையான நோக்கமாக- இக்குழு கொண்டிருந்தது. இப்பின்னணியில் நிசியாமா சோயின் (Nishiyama So-in - 1604-1682) ஹைகாய் உலகில் ஒரு புது ஒளி வீச்சாக வந்து சேர்ந்தார். டெய்டோகு பாணியில் முதலில் எழுதிக் கொண்டிருந்த அவர் புதுப் போக்கை உருவாக்கத் தொடங்கினார். அதனைப் பரப்புவதற்காகவே நாடெங்கும் பயணம் செய்தார். தாராளமாகவும், ஏராளமாகவும் சொற்களைப் பயன்படுத்தும்

அவருடைய பாணி, புழக்கத்தில் இல்லாதவை, கொச்சையானவை - சீன மொழிச் சொற்கள் என்ற வரையறை கடந்து நடந்தது.

இல்லை, இல்லை - செர்ரி மலர்கள்கூட
இவ்விரவு நிலாவுக்கு ஈடாகாது

குயில் பாடிக் கொண்டிருக்கிறது
கடவுள்களே! கண்டிப்பாய்க் கவனித்துக் கேளுங்கள்.

(No, no, hot every cherry - bloom
can equal their nights brilliant moon)

(The cuckoo is singing;
Ye god's, be sure to listen)

டெய்டோகு பாணிப் படைப்புகளில் சலிப்புற்றிருந்த மக்கள், சோயின் குழுவினரின் இப்போக்கை வரவேற்கவே செய்தனர். அக்கால கட்டத்தில் - தோகுகவா (Tokugawa) அரசு கடைப்பிடித்த நடைமுறைகள் - புழுக்கம் கண்டிருந்த மக்களுக்கு - எல்லா வற்றிலும் விடுதலை கிடைக்குமா வென்று ஏங்கிக் கிடந்த மக்க ளுக்கு ஆறுதல் தந்தன. டேன்ரின் போக்கு (Danrin School) வழங்கிய பாடுபொருள் எளிமை - மொழிக் கட்டுப்பாடின்மை ஆகியன அவர்களின் ஆதரவுக்கு உரியதாயிற்று. டெய்டோகு இயக்கத்தை சோகன் இயக்கம் வென்று வீழ்த்தி வெற்றிக்கொடி உயர்த்தியது.

சிகரத்தை எட்டிப் பிடித்த டேன்ரின் (Danrin Style) பாணி - பிறகு வீழத்தொடங்கியது. சிதைவான யாப்பமைவும் - தங்கு தடையற்ற உரிமையும் - அப்போக்கைப் பின்பற்றியவர்களிடமிருந்து - சிறந்த கவிதைகளை உருவாக்க உதவவில்லை. இச்சூழ்நிலையில் காமிஜிமா ஒனிட்சுரா (Kamijima Onistsura 1660-1738) ஹைகாய், உலகில் புதுக்குருதி பாய்ச்சப் புறப்பட்டு வந்தார்.

ஏழு எட்டு வயதிலேயே கவிதை எழுதத் தொடங்கிய ஒனிட் சுரா - வளர் நிலையில், தன் காலத்து ஹைகாய், சோம்பேறிகளின் பொழுதுபோக்காகிச் சிதையக் கண்டார். அக் கவிதைகளை எல்லாம் உதறித் தள்ளிய அவர், இலக்கியப் படைப்புக்கு - உள்ளார்ந்த குறிக்கோள்தான் கலைநுட்பங்களை விட மேலானது - தேவையானது என்ற முடிவுக்கு வந்தார். இலக்கிய வாழ்வும் - ஆன்மாவும் உண்மையான கவிதைக்கு இன்றியமையாதவை என்றும் உணர்ந்தார். அவர் தொடங்கிய புரட்சிகரமான இயக்கம்,

போற்றத்தக்க வெற்றியைப் பெற்றது. ஹைகாய் வரலாற்றில் இலக்கிய ஹைகாய் முன்னோடி என்னும் முத்திரையை அவர் பதித்தார். இவர், புதுநெறி காட்டிய பிறகு, ஹைகாய், பழைய போக்கின் பக்கம் முகம் திருப்பவே இல்லை.

எங்கும் கொட்ட முடியவில்லை
குளியல் நீரை
பூச்சிகள் சுற்றிலும் பாடிக் கொண்டிருக்கின்றன.

No ***where can I throw away***
The bath water
Insects simply all around.

ஒனிட்சுராவுக்குப் பிறகு - மாபெரும் படைப்பாளி பாஷோ (Masuo Basho, 1644 - 1694) கையில் ஹைக்கூ உலகம் வந்து சேர்ந்தது. பாஷோ பாணி (Basho Style) என்று சொல்லத்தக்க வகையில் தனித் தன்மைகொண்டது அவருடைய ஹைக்கூ படைப்பு.

குறியீட்டியல்இயற்கையம்(Naturalism), ஆழ்அமைதி, தன்னுணர் வியம் - எல்லாம் இணைந்து ஹைக்கூவில் முழுமையான புரட்சி யைச் செய்தன. முழுக் கலைப்படைப்புக்களான அவர் ஹைக் கூவில் - அவருடைய கோட்பாட்டு நெறியான - **என்றென்றும் இயற்கையிலும் மனித வாழ்விலும் உள்ள உண்மைகள்** - வித்தியாசமான - புதுமுறை வெளிப்பாடாய் - புது உத்திகளோடு வெளிப்படுதல் என்பது பதிந்திருந்தது (Eternal truth in nature and human life and the freshness of expression and technique).

அவர் மிக அழுத்தமாகச் சொன்ன சபி (Sabi) அல்லது ஆழ் அமைதி, 2. ஷியோரி (Shi-ori) அல்லது வெளியீட்டுச் சீர்மை, 3. ஹாசோமி (Hasomi) அல்லது மென்மையழகு (Delicacy) இம்மூன்று கூறுகளும் ஹைக்கூவிற்கு மிகுந்த நுட்பத்தையும் திட்பத்தையும் சேர்த்தன என்று கூறலாம்.

பாஷோ - துறவியாகவும் - தேடுதல் வேட்கையராகவும் இருந்தார். அவருக்குப் பின் மேதைமைமிக்க பூசன் *(1715 - 1783)* தனக்கென ஒரு நடையை உருவாக்கிக் கொண்ட ஓர் ஓவியக் கவிஞர். பாஷோவின் பாடுபொருள் பெரும்பாலும் இயற்கை அழகுசார்ந்தே இருந்தது எனில், பூசனின் பாடுபொருளாக - இயற்கை அழகோடு மனித வாழ்வின் கூறுகளும் இடம்பெற்றிருந்தன

என்று கூறலாம். இவர்கள் இருவருக்குப் பிறகு இசா (1762 - 1827) முன்னிருவர் கவிதைச் செல் நெறியிலேயே நகைச்சுவை மிக்கவராக விளங்கினார். எளியவர்களின் அன்பு - வன்கணார்களின் பகைமை என்னும் முரண்பட்ட கூறுகளும் - நகைச்சுவைப் போர்வையில் அவரிடம் சற்று வெளிப்பட்டன. ஆயினும் அடிப்படையில் இசாவின் கவிதைகள் - இரக்க உணர்வை உண் டாக்குவன. மானுட வாழ்வின் மீது புனையப்பட்ட துயரக்கலை - அவருடையது. இசாவிற்குப் பிறகு - ஹைக்கூ உலகம் மீளவும் இறங்குமுகமாக முகம் மங்கிப் போனது. அரை நூற்றாண்டுக்குப் பிறகு இரண்டாவது புத்துயிர்ப்பை ஹைக்கூ பெற்றது - ஹைக்கூ முதல் நால்வரில் கடைசியில் வைத்து எண்ணப்படும் ஷிகி (1867 - 1902) காலத்தில்தான். ஷிகி - படைப்புகளில் குறிப்பிடத்தக்க சிறப்பாகக் காணப்பட்டது மிகத் தெளிவான எதார்த்தத் தன்மைதான்.

பத்தொன்பதாம் நூற்றாண்டில், ஷிகிதான் இனி ரெங்கா இல்லை என்ற அதன் முடிவைப் பிரகடனப்படுத்தியதோடு, ஹொக்குவா ஹைகாவா என்கிற விவாதத்திற்கும் ஒரு முற்றுப் புள்ளி வைத்து, ஹைக்கூ என்கிற பெயரை நிலைப்படுத்தினார்.

பாஷோ, பூசன், இசா, ஷிகி ஆகிய ஹைக்கூ முதல் நால்வர் பற்றித் தனித்தனி ஆய்வுகள் நிகழ்த்தப்பட்டுள்ளன. இவர்களுடைய படைப்புகள் உலகின் பல்வேறு மொழிகளில் பெயர்க்கப்பட்டிருக்கின்றன. இவர்களில் ஒவ்வொருவர் கவிதைக் கும் சில எடுத்துக்காட்டுகளைப் பார்த்துவிட்டு, இக்கால ஜப்பானிய ஹைக்கூவின் பக்கம் போகலாம்.

எவ்வளவு வியப்பு
மின்னலைப் பார்ப்பது ஓடும்
வாழ்க்கையைப் பார்க்காமல் இருப்பது... - பாஷோ

வெண்பனி
ஒவ்வொரு துளி
ஒவ்வொரு முள் மேலும்.

பட்டாம்பூச்சி
தூங்குகிறது
கோயில் மணி மேல். - பூசன்

இந்த உலகில்
நரகத்தின் கூரைமேல் நடக்கிறோம்
பூக்களைப் பார்த்துக்கொண்டே...

வசந்த [கால] நிலா முகம்,
பத்து வயதுக்குள்
நான் சொல்வேன் -

நண்பகலில் உறங்கிக் கொண்டே
நாற்று நடுவோர் பாடலைக் கேட்டு
நாணுகிறேன் எனக்காக நான்.   - இசா

என்ன துயரக் காட்சி
இறந்த பட்டாம்பூச்சிகள்
தொங்கிக் கொண்டிருக்கின்றன சிலந்தி வலையில்.

குருவிக்குஞ்சு ஓரடி தூரம் பறந்தது அப்புறம்
திரும்பிப் பார்த்தது பெற்றோர்களை.   - ஷிகி

1995-இல் சால்ஸ்பர்க் பல்கலைக்கழக வெளியீடாக ஜேம்ஸ் கிர்கப் (James Kirkup) தொகுத்து வெளிவந்த ஒரு குறிப்பிட்ட மனநிலை (A certain State of Mind) என்ற நூலில் ஜப்பானிய ஹைக்கூ கவிதைகளில் - முன்னையவர் படைப்புகளும் - பிற்காலத்தவர் படைப்புகளும் மொழிபெயர்க்கப்பட்டு மதிப்புரைகள், கட்டுரைகள் ஆகியவற்றோடு இடம்பெற்றுள்ளன.

அந்நூல் முதல் நால்வர்போல், ஹைக்கூவில் சிறந்து விளங்கிய இக்கால ஐவர் பெயர் குறிக்கப்பட்டு - அவர்களுக்குப் படையலாக்கப்பட்டுள்ளது.

1. மிசுஹரா ஷுஷோஷி (Mizuhara Shushoshi, 1892 - 1981)
2. தக்கனோ சுஜு (Takano Suju, 1893 - 1976)
3. அவானோ சீய்ஹோ (Awano Seiho, 1899 - 1993)
4. யமாகுச்சி சீய்ஷி (Yamaguchi Seisui, 1901 - 1994)
5. காட்டோ ஷுசன் (Kato Shuson, 1905 - 1993)

இயற்கையில் ஊர்ப்புற வாழ்வில் இருந்து சந்தடி மிக்க நகர்ப்புற வாழ்க்கைக்கு இவர்களால் ஹைக்கூ வந்து சேர்ந்தது என்று கூறலாம். இரும்புப் பாதையில் ஓடும் தொடர் வண்டி

கள் ஹைக்கூவிற்கு ஏற்றதில்லை என்று ஷிகி சொன்னார். ஆனால் -

upto summer grass
wheels of locomotive
coming to a stop.

கோடைப் புல்வெளி வரை
தொடர் வண்டிச் சக்கரங்கள்
வந்துநின்றன.

- என்று சீய்ஷி - ஹைக்கூ புனைந்திருக்கிறார்.

இப்படி, கப்பல் தளம், நீராவிப் படகுகள், உணவு விடுதிகள், நடனக் கூடங்கள் - வழக்கு மன்றங்கள் - மாடிப் படிகள், நீச்சல் குளங்கள் என்று ஹைக்கூ - களம் மாறிப் படர்ந்த காலம் இக்காலம். ஆயினும் முன்னைய ஹைக்கூவின் மென்மையும் நுட்பமும் இழையோடாமல் இல்லை இக்காலக் ஹைக்கூ களிலும்.

கொத்தும்
மரங்கொத்தி
மேய்ச்சல் நில மரத்தில் - அவசரப்படுத்துகிறது
விழுகின்ற இலைகளை... - மிசுஹறா ஷுஷோஷி

Woodpecker pecking
hastens the falling leaves
from the pasture trees. ***- Mizuhara Shushoshi***

பார்வை மங்கிய என் கண்கள்
கூசி விடுகின்றன
பனிக்கால ஒற்றை ரோஜாவால்கூட. - காட்டோ ஷுசன்

withmy fading sight
my eyes are dazzled even
by one winter rose. ***- Kato Shuson***

தும்பி வந்தமர்கிறது
ஒரு பெட்டியின் விளிம்பில் - இது
மேல் பக்கம் என்று குறித்துள்ள இடத்தில்.
- அவானோ சீய்ஹோ

A Dragonfly perches
on the edge of a box marked
'This side up'   - Awano Seiho

பெண் பறவை கிளம்பிவிட்டது
சிறகுகள்
அதனை இரண்டாகப் பிரிக்க...   - அவானோ சீய்ஹோ

Lady bird takes off
wings
parting her in two.   - Awano Seiho

நீர் வாழ் பறவைகள்
சுறுசுறுப்பாகக் கோடுகள் போடுகின்றன
தங்களுக்கு இடையே.   - தக்கனோ சுஜு

Water birds,
busy drawing lines
between themselves.   - Takano Suju

மூடு பனியுள் குரல்கள்
ஒரு வடிவம் எடுக்கும் குரல்கள் -
ஒரு பள்ளிக்கூட வடிவம்.   - யமாகுச்சி சீய்ஷி

Voices of the fog
Voices of assuming a shape -
The shape of a school.   -Yamaguchi Seisui

மூலவர் நால்வருக்குப் பிறகு முக்கியமானவர்கள் என்று சுட்டப்பட்டுள்ளஐவர் ஹைக்கூக்களை ஓர் எடுத்துக்காட்டுக்காகப் பார்த்தோம். ஆயிரக்கணக்கான சிறந்த ஹைக்கூ கவிஞர்கள் இன்னும் இருக்கின்றனர்.

இயற்கையிலும், ஜென் தத்துவத்திலும் அல்லது பொது நிலையிலும் மெய்யியல் அடிப்படையிலும்ஜப்பானிய மொழியில் எழுந்துள்ள கவிதைகளை, சமூக, வரலாற்றுப் பின்னணியில் வைத்து ஆராய்ந்தால் பல ஒளிக் கீற்றுக்களை நாம் காண முடியும்.

இவ்வாறே, நோ - நாடகம், இகேபானா - மலர் அமைப்பு, சாநோயு - தேநீர் பரிமாற்றுக் கலை ஆகிய மூன்றன் மறைமுக ஹைக்கூ உறவுகளையும் ஆராய்ந்து பார்க்கலாம்.

ஹைக்கூ கவிஞன் ஓவியனாகும்போது - அவன் தீட்டும் கலை - ஹைகா (Haiga) என்று பெயர் பெறுகிறது. இந்திய மையினால் தீட்டப்படும் மெல்லிய கோடுகளால் உருவாகிப் பார்வையாளனைத் தனக்குள் அழைத்துக்கொண்டு போகிற ஓவியம் அது. ஹைகா ஓவியங்கள் ஹைக்கூ கவிதைகள் ஊடாக - 1600 - வாக்கில் தோன்றின.

இன்று ஜப்பானைப் பற்றி, உலகுடனான அதன் தொழில் வளர்ச்சி - பொருளாதாரப் போட்டி ஆகியவற்றாலும் அவ்வரசுகள் மத்தியில் அதன் அனுபவமான தீவிர நிலைமைகளாலும் - வணிக வட்டம் என்ன கருதுகிறது? ஜப்பானியர்களைப் பொருளாதார விலங்குகள் (Economic animals) என்று, அவ்வட்டம் முத்திரை குத்துகிறது. இது மேற்கத்திய நாடுகள் ஏதோ தமக்குத் தற்காப்புத் தேடி வடித்தெடுத்த வருணனையன்றி வேறில்லை. மேற்கத்திய நாடுகளை நோக்க, இவ்வருணனைக்குள்ள வாழ்வியல் ஜப்பானில் சிறிய அளவிலும், நிரந்தரமற்ற நிலையிலும்தான் உள்ளது. இப்படிச் சொல்லும் விமர்சகர்கள் - ஓர் உதாரணமும் இதற்குக் காட்டுகின்றனர். கவிதைக் கலை பிரிட்டனில் பொதுமக்களிடத்தில் மறைந்துவிட்ட நிலையில் இன்றைக்கும் ஜப்பானில் இரண்டு கோடி ஹைக்கூ கவிஞர்கள் இருப்பதைச் சுட்டிக் காட்டுகின்றனர். இவர்கள் எப்போதும் எழுதுகிறார்கள். பொழுதுபோக்காக எழுதுகிறார்கள்; தொழில் முறையிலும் எழுதுகிறார்கள். ஏறத்தாழ 1200 ஹைக்கூ மன்றங்களில் அவர்கள் பங்கு கொண்டிருக்கிறார்கள். ஒவ்வொன்றுக்கும் ஏடுகள் இருக்கின்றன. உறுப்பினர் கட்டணம் செலுத்தியவர்கள் படைப்புகள் அவற்றில் வெளியிடப்படுகின்றன.

ஹைக்கூ மன்ற உறுப்பினர்கள், புதிய படிமங்களுக்காகவும், எண்ணங்களுக்காகவும் அடிக்கடி அயல்நாடுகளுக்குப் புறப் பட்டுப் போய் வருகின்றனர். தவிர ஹைக்கூவாலோ, இணைப்புக் கவிதைகளாலோ - அவர்களிடையே ரென்கு (Renku) என்கிற சமூக முயற்சி (Communal effort) இருந்து வருகிறது.

வாழ்க்கையின் பல்வேறு தடங்களில் பயணம் செய்பவர்களும் ஜப்பானில் ஹைக்கூ எழுதுகின்றனர். தொழில் அதிபர்கள், பொருளாதார வல்லுநர்கள், முன்னணி அரசியல்வாதிகள் - எல்லாருமே இந்த 17 அசைக் கவிதை படைப்பவர்களாக

உள்ளனர். பண மோசடிகளில், ஊழல்களில் மாட்டிக்கொண்ட தால் - மக்களின் பழிப்புக்கு உள்ளானவர்கள்கூட ஹைக்கூ தொடர்ந்து எழுதுகின்றனர். மரண தண்டனைக்குக் காத்திருக்கும் கைதிகள், அத்தண்டனை தள்ளிப் போயிருக்கும் நிலையில் அதற்குத் தங்களைத் தயார்ப்படுத்திக் கொள்ளும் முறையில் ஒரு பாவ மன்னிப்பு மருத்துவமாக (Confessional Theraphy) ஹைக்கூ எழுதிக் கொண்டிருக்கின்றனர். ஓய்வு ஊதியம் பெறும் முதியவர்கள், முதியோர் இல்லங்களில் ஹைக்கூ குழுக்களைத் தமக்குள் அமைத்துக்கொண்டு ஹைக்கூ எழுதுவதற்கென்றே ஊர்ப்புறங்களுக்குப் புறப்பட்டுச் செல்கின்றனர். இதனை ஜப்பானிய மொழியில் கவிதைப்பயணம் (Ginko) என்றே கூறுகின்றனர். அதுவும் - இலையுதிர் காலத்தில்தான் அப்படிப் பட்ட பருவத்திலிருக்கும் முதியவர்கள் கவிதை உணர்வைத் தூண்டும் காட்சிகளை, அனுபவங்களைத் தேடிப் போகின்றனர். திறந்த வெளியில் உடம்பைச் சுறுசுறுப்பாகவும் இளமையாகவும் வைத்துக்கொள்ள ஹைக்கூ உதவுகிறது என்று அறிவியல் ஆய்வில் உறுதி கண்டிருப்பதாகக் கூறுகின்றனர்.

அசாகி சிம்பன் (Ajahi Shimbun) என்னும் செய்தி ஏடு, 1995-ஆம் ஆண்டு வரையில் கிடைத்த செய்தியின்படி - தொடர்ந்து 14 ஆண்டுகள், முதல் பக்கத்தில் நடுப்பகுதியில் - ஹைக்கூ, தன்கா கவிதைகளை வெளியிட்டு வந்துள்ளது. உலகில் வேறு எந்த நாட்டிலும் எந்தச் செய்தி ஏட்டிலும் இப்படிக் கவிதைக்கு இடம் தரப்பட்டிருக்குமா? ஒவ்வொரு வாரமும் வெள்ளிக்கிழமை அன்று பரவலாகப் படிக்கப்பட்ட - அசாகி சிம்பன், தி யோமுரி (The yomuri) ஏடுகள் உலகின் பல பகுதிகளிலிருந்தும், உள்நாட்டிலிருந்தும் அனுப்பப்பட்ட ஹைக்கூ கவிதைகளுக்காக ஒரு முழுப் பக்கத்தையே ஒதுக்கியிருந்தன.

ஜப்பானிய ஹைக்கூ நிகழ்ச்சிகளுக்கு ஆதரவாளர்களாக (Sponsors) ரொட்டிக்கடை, தேநீர்க்கடை நடத்துபவர்கள், இழவுச் சடங்கு கருமாதி காரியங்களை நடத்தும் (Funaral Pariours) நிறுவனங்கள், தொழில், வணிக அமைப்புகள் ஆகியவற்றைச் சார்ந்தவர்கள் எனப் பலரும் செயல்பட்டனர்.

ஜப்பானிய விமானப் பணியம் (Japan Air Lines) நடத்திய ஹைக்கூ போட்டிக்கு 70,000 ஹைக்கூ கவிதைகள் வந்து குவிந்தன.

இவை எல்லாம் ஜப்பானிய ஹைக்கூ இன்னும் செல்வாக்குடைய கவிதை வடிவமாக விளங்கி வருவதை உணர்த்துகின்றன.

ஜப்பானைத் தாண்டி இப்போது ஹைக்கூ உலகக் கவிதை வகையாகப் பல்வேறு மொழிகளிலும் இயற்றப்பட்டு வருகின்றது. ஐரோப்பிய நாடுகளில் பலவற்றில் வளர்ந்து வருகிறது. யுகோஸ்லாவியா, ஹாலந்து நாடுகளில் ஹைக்கூ கவிஞர்கள் - செர்பிய கிரோஷியக் காலாண்டு இதழ்களில் எழுதி வருவது குறித்தும் - ஜெர்மானிய ஹைக்கூ இயக்கம், அங்கு வெளியாகும் ஏடுகளில் சில பல பக்கங்களில் இடம்பிடித்துக் கொண்டிருப்பது குறித்தும் ஹைக்கூக் கையேடு என்னும் (The Haiku Hand Book) நூலில் வில்லியம் ஜெ.ஹிக்கின்சன் பேசுகிறார். இரண்டாவது உலகப் போருக்குப் பிறகு ஐரோப்பாவில் ஹைக்கூ புத்தெழுச்சி - ஜெர்மன் புதின ஆசிரியர் வான் போட்மெர்ஷாஃபிலிருந்து தொடங்கியது. அமெரிக்காவில் உள்ள ஸ்பானிய, பிரெஞ்சு மொழிக் கவிஞர்களும் ஹைக்கூ எழுதினர். கனடாவில் ஆங்கில மொழியில் ஹைக்கூவின் வளர்ச்சி உறுதிநிலை கண்டது. ஜப்பானில், பரவலாக வாசிக்கப்படும் அதன் தேசிய இதழான ஹைக்கூ (Haiku - Published by Kadokawa Shoten) ஏட்டின் 1982 செப்டம்பர் இதழில் மட்டும், மேற்கத்திய நாடுகளின் ஹைக்கூ பற்றிய கட்டுரைகள் முந்நூறு பக்கங்களில் நிரம்பியிருந்தன. ஜப்பானியத் திறனாய்வாளர்களே, மேற்கத்திய ஹைக்கூ கவிஞர்களோடு நிகழ்த்தும் ஊடாட்ட உறவுகளில் ஜப்பானிய ஹைக்கூ - புதுமை பெறும் என்றும் கருத்துத் தெரிவித்தனர்.

1934-ஆம் ஆண்டில் ஹெண்டர்சன் ஜப்பானிய ஹைக்கூ பற்றிய ஒரு சிறு நூலை மூங்கில் துடைப்பம் (The Bamboo Broom) என்னும் பெயரில் வெளியிட்டார். அந்நூலிலேயே ஆங்கில ஹைக்கூ பற்றிய சாத்தியங்களைக் கணித்திருந்தார். ஆயினும் அப்போது காலம் கனியவில்லை.

ஆங்கிலத்தில் ஹைக்கூவின் மெய்யான தொடக்கம் உலகப் போருக்குப் பின் அமெரிக்கா, ஜப்பானியப் பண்பாடு, சமயம் ஆகிய வற்றின் மீது அக்கறை காட்டத் தொடங்கியபோது ஏற்பட்டது என்று கூறலாம்.

எல்லாவற்றையும் விட முதன்முதலாக ஹைக்கூ, அமெரிக்கா வில் உருவான உறுதியான அடித்தளத்தை - ஆர்.எச்.பிளித்தின்

நான்கு தொகுதி ஹைக்கூ கவிதை *(1949 - 1942)* நூல்களும், கென்னத் யசுதாவின் 'ஜப்பானிய ஹைக்கூ' (The Japaneese Haiku - 1957) என்னும் நூலும், ஹெரால்ட் ஜிஹெண்டர்கனின் 'ஹைக் கூக்கு ஓர் அறிமுகம்' (An Introduction to Haiku - 1958) என்னும் நூலும் அமைத்துத் தந்தன எனலாம். ஜப்பானுக்கு அடுத்ததாக, ஹைக்கூ எழுதுபவர் எண்ணிக்கை, ஹைக்கூவுக்கான இதழ்கள் - அமைப்புகள் - எல்லாம் அமெரிக்காவில் தான் அதிகம் என்று சொல்லும் அளவுக்கு - 60-களிலிருந்து சீரான வளர்ச்சி அங்கு ஏற்பட்டது. 1963-இல் 'அமெரிக்கன் ஹைக்கூ' என்னும் ஏடு தொடங்கப்பட்டது. அதன் முதல் இதழ் ஹெண்டர்கனுக்குக் காணிக்கையாக்கப்பட்டது. அந்த முதல் இதழுக்கு ஹெண்டர்சன் எழுதியிருந்த கடிதத்தில், 'உண்மையான அமெரிக்க ஹைக்கூ வேண்டும் எனில் - வெற்றி தோல்விகள் பற்றிக் கவலைப்படாத சோதனை முயற்சிகள் செய்து, நமக்கென ஒரு தரத்தை உருவாக்க வேண்டும்' என்று குறிப்பிட்டிருந்தார்.

இப்போது அமெரிக்காவில் மட்டும் குறைந்தது ஆங்கில ஹைக்கூ ஏடுகள் ஐந்து வெளிவருகின்றன. இங்கிலாந்திலும், ஆஸ்திரேலியாவிலும் வெளியிடப்படும் ஆங்கில ஏடுகள் நீங்கலாக ஜெர்மனி, பிரெஞ்சு, போர்ச்சுக்கீசு - இத்தாலிய மொழி களிலும் ஹைக்கூ ஏடுகள் வெளியிடப்படுகின்றன.

பிளித் வகுத்த பாதையில் ஜென் தத்துவ ஓட்டத்தை உள்வாங்கிய ஜே.டபிள்யூ ஹேக்கட், எரிக், அமான் போன்றவர்கள் படைப்புகளில் ஜப்பானியச் சாயல் உண்டு. ஹேக்கட், ஹைக்கூ என்பது ஒரு வாழ்க்கை நெறியே தவிர, இலக்கிய வகையல்ல என்று சொல்வதை இங்கு நினைவுகூரலாம். நிக் வர்ஜிலியோ (Nick Virgilio) என்னும் அமெரிக்க முதல் பெரும் ஹைக்கூ கவிஞர், மெய்ம்மையோடு தொடர்பு வைத்துக்கொள்ளவே தாம் ஹைக்கூ எழுதுவதாகக் கூறுகிறார்.

அமெரிக்கக் ஹைக்கூ கழகம் (Haiku Society of America) 'ஹைக்கூ என்பது - இயற்கையை மானுட இயற்கையோடு இணைக்கும் ஒரு கவிதை' என்று வரையறுத்துப் பேசுகிறது. அலன் வாட்ஸ் - 'ஹைக்கூ என்பது சொற்களற்ற கவிதை' (Wordless poem) என்று கூறுகிறார்.

நிக் வர்ஜிலியோ, வால்ட்விட்மன் வாழ்ந்த கேம்டெனில் (Camden - New Jercy) வாழ்ந்தவர். அவர் பெயர் தாங்கிய ஹைக்கூ மன்றத்தின் தலைமையகம் அங்கேயே இருந்தது. வர்ஜிலியோ இறந்த பின் - அவருடைய உடல் - விட்மன் அடக்கமான கல்லறைக்குப் பக்கத்திலேயே அடக்கம் செய்யப்பட்டது. புகழ் பெற்ற அவர் வரிகள் அக்கல்லறையில் பொறிக்கப்பட்டுள்ளன.

Lily
out of water
out of itself

அல்லி
தண்ணீருக்கு அப்பால்...
தனக்கு அப்பால்...

அமெரிக்க ஹைக்கூவின் முக்கியமான வளர்ச்சி - அதன் உள்ளடக்கத்தோடுத் தொடர்புடையதாக மாறியதையும் இங்கு சுட்டிக் காட்ட வேண்டும். முன்பு மிகக் குறைவாக ஹைக்கூவிலோ சென்ரியுவிலோ தலைகாட்டிய பாலுணர்ச்சித் தொடர்பு விதிவிலக்காகக் கருதத்தக்கதாக இருந்தது. பாலியல் - காதல் - மற்றும் மனித உணர்வுகளின் முழு எல்லைகள் - மானுட உறவுகள் பொதுவான கருப்பொருளாகப் பிறகு மாறின.

இந்த இயக்கத்தின் தலைமையான திறனாய்வாளரும் - கனடாவின் முன்னோடி ஹைக்கூ கவிஞருமாகிய ராட் வில்மட் (Rod Willmot) பெரும்பாலான இத்தகைய கவிதைகளுக்கு உளவியல் சார் ஹைக்கூ (Psychological Haiku) என்று பெயர் வைத்தார். அதுவும், குறிப்பாகப் பாலியல் சார்ந்தவற்றுக்கு மிகை காம ஹைக்கூ (Erotic Haiku) என்று பெயர் சூட்டினார். ஆங்கில ஹைக்கூ தொகுப்பை வெளியிட்ட ஹ்யூவெல் (Hiuvel), அதன் முன்னுரையில் அதுபற்றிப் பேசுமிடத்து இத்தகைய காமம்சார் கவிதைகளை- தீவிர சென்ரியு (Serious Senryu) என்று அழைப்பதே பொருத்தம் என்கிறார்.

உடனடியாகச் சில ஆங்கில ஹைக்கூ கவிதைகளைப் பார்க்கலாம்.

கடல் சரணாலயம் என்ற தலைப்பில் கலிபோர்னியாவின் வடக்குக் கடற்கரை பற்றி - நூலாக வெளியிடத் தொகுத்தவற்றுள் இருந்து சில கவிதைகள்;

1. ஞாயிறு காலை
வெள்ளை உடையில் எல்லா அலைகளும்
மண்டியிட்டுக் கடற்கரையில்...

   Sunday morning
   All the waves in white
   Kneeling on the beach

2. நதி வாயின்
உள்ளேயும் வெளியேயும்
கடலின் நாக்கு...

   In and out
   of the rivers' mouth
   A tongue of sea.

3. வானத்திற்குள் வளைவாகி
அலை விட்டு வரும்
அதிக நீலம்.

   Arching into the sky
   the wave leaves
   more blue.

4. மக்கள் கூக்குரலிட
கடல் முழங்கும்
'எண்ணெய்க் கிணறு இல்லை'

   As people cry
   to ocean roars
   'No oilwells'

முதுமகளிர் ஹைக்கூ (Old Women Haiku):

1. குளிர்காலம் தொடங்குகிறது
தனிமையில் என்னை
இலையுதிர் காலத்தோடு விட்டுவிடு -

   Winter begins
   Leaving me alone
   with autumn

2. என் வாழ்க்கை -
   எண்ணற்ற நட்சத்திரங்கள்
   ஒரு நல்ல கண்.

   My life
   A super abundance of stars
   one good eye.

3. குளிர்கால இரவு
   மெழுகுவர்த்தி மட்டும்தான்
   படிக்கிறது என் கவிதைகளை...

   Winter night
   only the candle
   reads my poems

4. கண்ணாடியில் -
   அவள் முகச் சுருக்கங்கள் பிரதிபலிக்கவில்லை
   அதன் வழவழப்பை.

   In a mirror
   Her wrinkless do not mirror
   The smooth surface

மிகை காம ஹைக்கூ (Erotic Haiku Collection):

1. வசந்த மழை
   உன்னுடல்
   எனக்குள்.

   Spring rain
   your body
   in me.

2. நிர்வாணக் கடற்கரை
   ஒன்றும் புதிதில்லை
   சூரியனுக்குக் கீழ்...

   Nude beach
   Nothing new
   under the sun.

3. சூரியனின் கடைசிச் சுகம்
   மூச்சுப் பயிற்சி
   இறுதி மாதவிலக்கு நரம்புகளுக்கு...

   Last warmth of sun
   Breathing exercise
   For menopause nerves.

அமெரிக்க ஹைக்கூ கழக ஏடு (Journal of the Haiku Society of America) 2000-ஆம் ஆண்டு இதழில் - ஹைக்கூ உத்திகளை வரையறுக்க முயன்று உள்ளது. ஜேன் ரீச்ஹோல்ட் (Jane Reichhold) என்பவரின் கட்டுரையில் காணப்படுபவற்றை இங்குத் தொகுக்கலாம்.

1. ஒப்பீட்டு உத்தி (The Technique of Comparision)
2. வேறுபாட்டு உத்தி (The Technique of Contrast)
3. இணைவு உத்தி (The Technique of Association) (Oneness)
4. விடுகதை உத்தி (The Technique of Riddles)
5. புலன் மாற்று உத்தி (The Technique of Sense - switching)
6. குவிமையக் குறுக்க உத்தி (The Technique of Narrowing)
7. உருவக உத்தி (The Technique of Mataphor)
8. உவமை உத்தி (The Technique of Simile)
9. புனையா ஓவிய உத்தி (The Technique of Sketch)
10. இருபொருள் உத்தி (The Technique of Double entendre) (மறைபொருள்)
11. சிலேடை உத்தி (The Technique of using Puns)
12. சொற் சிலம்ப உத்தி (The Technique of word - playes)
13. வினை - பெயர்ச் சொல்மாற்று உத்தி (The Technique of Verb/Noun)
14. இணைப்பு உத்தி (The Techniqueof Close Linkage) (நெருக்க இணைப்பு உத்தி)

15. தாவு இணைப்பு உத்தி (தொலைவு இணைப்பு உத்தி) (The Technique of Leap Linkage)
16. கலப்பு உத்தி (சேர்க்கை) (The Technique of Mixing it up)
17. தனிமை உத்தி (முதுமை / தனிமை) (The Technique of SABI)
18. வறுமை உத்தி (எளிமை / அழகு) (The Technique of Wabi)
19. புதிர்மை உத்தி (The Technique of Yugen)
20. முரண்பாட்டு உத்தி (The Technique of Paradox)
21. பொருந்தாமை உத்தி (The Technique of the Improble world) (Child like)
22. நகைச்சுவை உத்தி (The Technique of Humor)
23. கீழ்போல் மேல் உத்தி (The above as below Technique)

இவை எல்லாம் எடுத்துக்காட்டுகளோடு அக் கட்டுரையில் விளக்கப்பட்டுள்ளன. ஹைக்கூ ஆய்வாளர்கள் இவ்வுத்திகளை - ஹைக்கூ படைப்புகளுக்குள் பயணம் செய்து காண முடிவதோடு - செயற்கை (மேசை) ஹைக்கூ (Desk Haiku) எழுதுபவர்கள் இவ்வுத்திகளுக்காக - வேர்வை சிந்தி உழைத்துப் பார்க்கலாம். அதற்கும் ஒரு பயிற்சிப் பட்டறையை ஹைக்கூ மன்றங்கள் தொடங்கலாம்.

ஆனால், ஹைக்கூ முன்னோடிகளில் முக்கியமானவரான பாஷோ - தம் மாணவர்களிடையே அடிக்கடி சொல்லி வந்த ஒரு கருத்து - ஹைக்கூ புனைவது அவ்வளவு எளிதில்லை என்பதையே காட்டுகிறது. **'தன் வாழ்நாளில் மூன்று முதல் ஐந்து வரையிலான எண்ணிக்கையில் ஹைக்கூ எழுதுபவர், ஒரு ஹைக்கூ கவிஞர்; பத்து வரையில் ஒருவர் ஹைக்கூ எழுதி விட்டால், அவர் ஹைக்கூ குரு'** என்பது பாஷோ மொழி. இக்கோணத்தில் பார்த்தால்தான் ஹைக்கூ நுட்பத்தை நோக்கி நாம் கருத்துச் செலுத்த முடியும்.

பூசனின் ஒரு கவிதையை மட்டும் அதில் பொதிந்துள்ள நுட்பத்திற்காகப் பார்க்கலாம்.

கோயிலின் பெரிய மணி மீது
பறப்பதை விட்டுவிட்டுத்
தூங்கும் சிறிய பட்டாம்பூச்சி.

On the great temple bell
stopped from flight and sleeping
the small butterfly.

சிறந்த ஹைக்கூவில் ஓர் இயற்கை நிகழ்ச்சி வருணிக்கப்படும் - எப்படியிருக்கிறதோ அப்படி. கவிஞனின் உணர்ச்சி கவிதை மேல்பரப்பில் தோன்றுவதில்லை. வியப்பையோ துக்கத்தையோ, மகிழ்ச்சியையோ வாசகன் அனுபவத்துக்கு விட்டு விடுவானே தவிர, தான் அப்படி எல்லாம் அனுபவித்ததாகக் கவிதையில் குறிக்க மாட்டான்.

மேலே காட்டிய கவிதையில்,

'கோவில் மணி மீது' என்ற தொடக்கத்தின் முன் 'பாருங்கள்' என்றோ, 'அடடா' என்றோ பூசன் ஏதும் சொல்லவில்லை.

'பட்டாம்பூச்சி' என்பதற்கு முன் -

'ஆகா!' 'அந்தோ, பாவம்' என்பன போன்ற எந்தச் சொல்லும் இல்லை. ஜப்பானிய மொழியில் கிரேஜி (KIREJI) என்று சொல்லப்படும் நிறுத்தச் சொல் அல்லது வெட்டுச் சொல் (Cutting word) ஹைக்கூவின் பொருளுணர்வில் திருப்பத்தை நிகழ்த்தும் என்று சொல்லுவர். இத்தகைய ஜப்பானிய நிறுத்தச் சொற்களில் யா, கனா (ya/kana) என்பவை மிக இன்றியமையாதவை. ஆனால் பூசன் இக்கவிதையில் இவற்றைக் கையாளவில்லை.

வண்ண ஓவியத்தோடு ஒப்பிட்டால் ஹைக்கூ ஒரு கோட்டோவியம்; கோட்டோவியம் கூட இல்லை - கோட்டோவியத்தின் வெளிக்கோடுகள்; அவ்வளவுதான். ஹைக்கூ - ஒரு சித்திரத்தின் தலைப்பு - இல்லாவிட்டால் உய்த்துணர்வுக்குள் படிப்பவனை உந்தி விடும் ஒன்று. பூசனின் மன உணர்வு என்ன என்பதை இக் கவிதை வெளிப்படுத்தவில்லை - வாசகனின் கற்பனைக்கு விடப்பட்டிருக்கிறது. கருத்துக்களால் கருவுற்றிருப்பதும் - உய்த்துணர்த்தும் தன்மை உடைமையும்தான் ஹைக்கூவின் ஆன்மாவும் வாழ்வுமாகும். இச் சிறு கவிதையில் பூசன் தமது உணர்வுகளை விவரிக்கப் புகுந்திருந்தால் பதித்து வைக்க விரும்பிய காட்சிக்கு இடநெருக்கடி ஏற்பட்டிருக்கும். ஒன்றை முழுமையாகச் சொன்னால் போதும்; ஒன்றைப் பற்றி முழுமையாக விளக்க வேண்டியதில்லை. அது படிப்பவன் வளர்நிலைக்கு ஏற்ப வளர்ந்துகொண்டே போகும்.

மேற்குறித்த ஹைக்கூவில்,

கோவில் மணி என்ற அளவில் - ஊரெல்லாம் கேட்க ஒலி செய்ய வேண்டிய அதன் பெரிய தோற்றம் காட்சியாகி விடும். அதன் கனம், நிறம் - எல்லாம் படிமங்களாக மனத்திற்குள் வந்துவிடும். அவ்வளவு பெரிய, கனமான, கறுத்த - மணி மீது பட்டாம்பூச்சி எங்குத் தூங்குகிறோம் என்று தெரியாமல் நன்றாகத் தூங்குகிறது . முரண் படிவங்கள் ஊடாக, அந்த ஒலி ஒலிக்கக்கூடியது என்பது பட்டாம்பூச்சிக்குத் தெரியாது; ஒலித்தால் எத்தகைய ஓசை எழும் என்பதும் தெரியாது. ஓசை எழும் என்று தெரிந்தாலே - அதைத் தடுக்க ஏற்பாடு செய்து விட்டல்லவா மனிதன் தூங்குகிறான். ஆனால் பட்டாம்பூச்சியின் தூக்கம் எந்த நேரத்திலும் கெடலாம்; அது பதறித் துடித்துத் தடுமாறலாம். பட்டாம்பூச்சி மட்டுமா தூங்குகிறது? மணியும்தான்! இப்படி அர்த்தப் படலங்கள்.

இன்னும், பட்டாம்பூச்சி- வெறும் பட்டாம்பூச்சிதானா? ஆன்ம விழிப்பை மறந்து தூங்கும் மனிதனை - அது குறிக்கலாமோ! அதுவும் விமோசனத்தின் வாயிலை எட்டிப் பிடித்த பிறகு இப்படி உறங்கலாமா? அலை அலையாக எண்ணங்கள்! இதுதான் ஹைக்கூ!

இந்த ஹைக்கூவில் - 'பட்டாம்பூச்சி' என்று மட்டும்தான் குறிக்கப்படுகிறது. இதுதான் ஹைக்கூ விதிகளில் முக்கியமான தான பருவத்தைச் சுட்டும் சொல்.

'பட்டாம்பூச்சி' என்றாலே வசந்த காலத்தை அது குறித்துவிடும். A spring butterfly - என்று சொல்ல வேண்டியதில்லை. ஹைக்கூவில் 'நிலா' என்று மட்டும் சொன்னால் - அது அறுவடைக்கால நிலாதான்.

பூசனின் இந்த ஹைக்கூவை ஜப்பானிய ஹைக்கூவில் தேர்ந்தவரான டாக்டர் கார்டிஸ் பேஜ் (Dr. Curtis Page) என்பவர் கீழ்வருமாறு மொழிபெயர்த்தார்.

The Butterfly sleeps well
Perched upon the temple bell...
until it rings!

இம்மொழிபெயர்ப்பு கடுமையான விமர்சனத்துக்கு உள் ளானது. காரணம் - 'அது ஒலிக்கும் வரை' என்று பூசன் சொல்லா

ததை பேஜின் மொழிபெயர்ப்புச் சொல்கிறது. இது, முழுக் கவிதையையும் நாசம் செய்து அழித்து ஒழித்து விடுகிறது.

இக்கவிதை ஒருகண மனப்பதிவின் புறநிலை வருணிப்பு - (An objective description of a momentary perception). பேஜின் மொழிபெயர்ப்பு - அந்தப் பட்டாம்பூச்சி கோயில் மணி அடிக்கப்படும் இரவு நேரம் வரை தூங்கியதாகக் கற்பனையாய்ச் சொல்கிறது.

மேலும், sleeps,perchad, rings - என்று மூன்று வினைச்சொற்களை - இம்மொழிபெயர்ப்பு கையாள்கிறது. ஜப்பானிய ஹைக்கூவில் நன்றாகத் தூங்குகிறது - என்கிற ஒரே ஒரு வினைச் சொல் மட்டுமே பயன்படுத்தப்பட்டுள்ளது. இது ஒரு ஹைக்கூவிற்குள் காணும் விசால உலகத்தை விளக்கும் ஒரு முயற்சி. எப்படிப் பார்க்க வேண்டும் ஹைக்கூவை என்பதற்கு ஒரு காட்டு.

இனி,

சென்ரியு என்பது - ஹைக்கூவின் வடிவத்திலேயே அமைந்து - ஆனால் அதன் தகுதி பிறவற்றை இழந்தது என்று கூறப்படுவதுண்டு. ஹைக்கூவில் தோற்றதற்குப் பெயர்தான் சென்ரியு (Failed Haiku is called a senryu) என்றும் இதனைக் கிண்டல் அடிப்பவர்கள் உண்டு. இதன் மூலகர்த்தா பற்றியுள்ள முரண்பட்ட கருத்துக்களை - 'ஒரு வண்டி சென்ரியு' என்ற என் நூலின் முன்னுரையில் நான் குறிப்பிட்டுள்ளேன். காரை சென்ரியு என்பவர் தொகுத்த அவ்வகைக் கவிதைகள் - அவர் பெயரால் அழைக்கப்பட்டன என்ற கருத்தை எழுதிய வில்லியம் ஹிக்கின்சு அதனை மாற்றி, 'சென்ரியு' என்பது - நகைச்சுவையான, வேடிக்கையான அப்படிப்பட்ட கவிதைகளைத் தொகுத்த ஒருவருடைய புனைபெயர் என்றும் எழுதியிருக்கிறார்.

அசட்டாரோ மிய்யாமேரி வெளியிட்ட An Anthology of Haiku - Ancient and Modern - என்கிற நூலின் முன்னுரையில் (1932) காரை ஹாச்சிய்யிமான்(Karai Hachiemon 1718-1790) என்பது சென்ரியுவைப் படைத்தவரின் இயற்பெயர் என்று குறிப்பிட்டுள்ளார்.

சென்ரியுக்கள் அதிகம் அதிகம் கடியாகவும் - கொச்சையாகவும் (Biting and often more vulgar) உள்ளவை என்று அவர் குறிப்பிடுகிறார். அவர் காட்டியுள்ளவற்றுள்,

சில சென்ரியுக்கள்:

ஒரு கறுப்பினப் பெண் ஆறுதல் அடைகிறாள்
கறுப்பினக் குழந்தையைப் பெற்று.
A Negress feels relieved
giving birth to a negro - சாரக்கு

ஒற்றை நெருப்புக் குச்சி
இருளைப் பின்வாங்கச் செய்தது.
A single match
Makes darkness flinch - மான்னென்

ஆ! மனித வாழ்க்கை ஒரு நாடகம்
மறுமுறை தயாரிக்க முடியாது.
Ah! human life is a drama
which cannot be produced again. - மோஷி

நகரத்தில் எல்லாருக்கும் தெரியும்
அவள் சொந்தக் கணவனைத் தவிர.
All the town in awone
Except her own husband. - ஷிம்பெல்

பிச்சைக்காரனின் பெருமை
தனக்குத் திருட்டுப் புத்தி இல்லை என்பது.
It is a beggers pride
That he has not a thieving mind. - ஹம்மோன்சென்

சென்ரியு என்பது ஹைக்கூவின் சகோதரியாகப் பிறந்தது என்று (Haiku's sister genre) அமெரிக்க ஹைக்கூ சென்ரியு தொகுப்பை வெளிக்கொணர்ந்த வான்டென் ஹ்யூவெல் (Vanden Heuvel) கூறுகிறார். அவருடைய சென்ரியு நூலிலிருந்து:

எந்த பலூனை எடுப்பது
முடிவு செய்ய முடியவில்லை
அழத் தொடங்கியது குழந்தை.

கிறிஸ்துமசுக்குப் பிறகு
கூட்டமாய்க் குருவிகள்
விற்பனையாகாத மரத்தில்.

தொலை நோக்காடி மூலம்
தொலை நோக்காடி மூலம்
என்னைப் பார்க்கும் பெண்.

1996-இல் 'உள்ளத்திற்கு அப்பால் விழிப்பு' (Awareness Beyond mind) என்ற தலைப்பில் தன்னுடைய ஹைக்கூ, சென்ரியு பாணியிலான கவிதைகளைத் தொகுத்து, கென்னத் வெரிட்டி என்ற அமெரிக்கர் வெளியிட்டிருக்கிறார்.

அவர் தன்னுடைய நீண்ட முன்னுரையில் சென்ரியு பற்றிச் சில கருத்துக்களைத் தெரிவிக்கிறார்.

'ஜப்பானிய மக்கள் - மானுட வாழ்வின் மீதான தமது பார்வையைக் கட்டுப்பாடில்லாமல் தாராளமாக வெளியிட விரும்பியபோது - 17 அசைகளைக் கொண்ட கவிதை வகையையே பயன்படுத்தினார்கள். இப்படி, சிறந்த இலக்கியம் படைக்கிறோம் என்ற தீவிரத் தன்மையில்லாமல் பொழுதுபோக்காக வாழ்க்கையின் பல்வேறு தடங்களிலும் பயணம் செய்பவர்களும் எழுதி வந்த கவிதை வடிவம் (இன்றைய டோக்கியோ) அன்றைய இடோவில் காரை சென்ரியு என்பவரால் பக்குவ நிலையை அடைந்தது. வடிவத்தால் ஹைக்கூ போல இருப்பினும் - இது மனிதக் குறைபாடுகளை அங்கதமாகச் சொல்வதாய் அமைந்தது. கவிஞர்களுக்கு இதனால் கருப்பொருள் சுதந்திரம் வாய்த்தது. ஹைக்கூக்கும் சென்ரியுவுக்கும் உள்ள வேறுபாட்டை, இயற்கை உலகின் உள்ளே பெறும் ஒருகண நேர அகக் காட்சியைச் சொல்வது ஹைக்கூ என்றும், உலக இயற்கையை அங்கத அறிக்கையாக்குவது சென்ரியு' என்றும் வெரிட்டி விளக்குகிறார்.

பாஷோவும் சென்ரியுவும் ஜப்பானியக் கவிதைகளில் ஏற்படுத்திய தாக்கத்தை வெரிட்டி சம நிலையில் வைத்துப் பேசுகிறார்.

வெரிட்டியின் சில சென்ரியுக்கள்:

கண்ணாடியில் நான்
அறுபது ஆண்டுகள் பார்க்கிறேன் - இயற்கையில்
நான் பார்க்கிறேன் இது வசந்தம்.

கோடீஸ்வரனின் தான் என்ற எண்ணம்
உன்னுடையதை விடப்
பெரிதென்றா எண்ணுகிறாய்?

> நம் மெய்யான இயல்பு
> மூடப்பட்டுள்ளதா நாம் அணியும்
> ஆளுமை முகமூடியால்.
>
> **Our true nature**
> **Hidden by a mask we wear**
> **Personality.**

(Persona - mask)

மேரி கேசல் என்பவரின் சென்ரியு கவிதைகளின் தொகுப்பு அன்றாடமை (Everydayness) என்ற தலைப்பில் 1980-இல் வெளி வந்திருக்கிறது.

ஹைக்கூவின் அங்கத வடிவமே சென்ரியு; ஹைக்கூ இயற்கை யைச் சார்ந்தது. சென்ரியு மக்கள், பொருள்கள், நிகழ்ச்சிகள் ஆகியவற்றைச் சார்ந்தது என்று அதன் முன்னுரையில் மேரி கேசல் குறிப்பிடுகிறார்.

1. பெண்கள்
2. ஆண்கள்
3. குழந்தைகள்
4. அலுவல்கள்
5. பயணம்
6. பொருள்கள்
7. வாழ்க்கைக் காட்சிகள்

- இப்படித் தலைப்புகள் கொடுக்கப்பட்டுக் கவிதைகள் தொகுக் கப்பட்டுள்ளன.

சில சென்ரியுக்கள்:

> இருபது வருடங்கள் கழித்து...
> சகோதரிகள் ஒருவருக்கு ஒருவர் சொல்லிக் கொண்டனர்
> 'கொஞ்சம்கூட மாறவில்லை'.

> குழந்தையில்லாத மூதாட்டி
> அமைதிப் பேரணியில் தாங்கிச் செல்லும் தட்டியில்
> அவர்கள் எல்லாம் என் குழந்தைகள்.

அங்கும் இங்குமாய் நடை -
பிரச்சனைகளைத் தீர்க்கவா?
உண்டாக்கவா?

சொற்பொழிவு அரங்கத்தில்
முக்கால்வாசி நேரம் தூங்கியவன்
முதல் கேள்வி கேட்டான்.

குழந்தை மறுபடியும் கேட்கிறது
விருப்பமான கதையை
விவரங்களைத் திருத்திக்கொண்டே...

சின்னப் பையன் சத்தியம்
ஆசிரியரைச் சர்க்கசுக்கு அழைத்துப் போவானாம்
இருபத்தொரு வயதாகும்போது.

அயல் நாட்டில்
அங்கு வாழ்மக்கள் மீது புகார் சொல்கிறாள்
ஆங்கிலம் பேசத் தெரியவில்லை என்று.

வரலாற்றுச் சிறப்புமிக்க கோட்டை
பல நாடுகள் கைப்பற்றியது இப்போது
சுற்றுலாவாசிகள் இறுக்கமான பிடியில்.

சிடுசிடுப்பான அண்டை வீட்டான்
வளரும் அன்போடு வணக்கம் என்கிறான்...
மாறியது அவனா? நானா?

ஹைக்கூ கவிதையின் இலக்கணங்களையெல்லாம் தவிடு பொடியாக்கி விட்டுக் கவிஞர்கள் விரும்பியபடியெல்லாம் படைத்து வருவனவற்றை 'ஹைக்கூ' என்றே கவிதை உலகம் ஏற்றுக்கொண்டுள்ள காலம் இது. மரபு வழியாக ஐந்து - ஏழு - ஐந்து (5 - 7 - 5) அசைகள் (நம் தமிழ் யாப்பு அசைக்கும் இதற்கும் தொடர்பில்லை) கொண்டவை ஹைக்கூ என ஒப்புக் கொள்ளப்படுவதுபோலவே, மிகநவீன ஹைக்கூ. பதினேழு அசைவுகளுக்குக் குறைந்தவற்றையும், ஓரடி முதல் நான்கு அடிகள் வரை வெவ்வேறு வகைகளில் வடிவம் கொண்டவற்றையும் ஹைக்கூ என்று பெயர் சூட்டியே ஏற்றுக் கொள்கிறது. 'மின்மினிக் கூடு' (Cage of fire Flies) என்னும் நவீன ஹைக்கூ நூலின் முன்னுரையில் 'ஹைக்கூ மூலவர் நால்வர்' - கல்லறைகளிலிருந்து வெளியே

வந்து உரையாடிக் கொள்கின்றனர். அது கற்பனைச் சம்பவத்தில் 'ஹைக்கூ' இலக்கணத்தை மீறிவிட்டதாக ஒருவர் மீது ஒருவர் குற்றம் சுமத்துகின்றனர். இலக்கண மீறல் என்பது ஹைக்கூவில் அன்றும் இருந்திருக்கிறது. இன்றும் இருக்கிறது என்பதை நாம் மனதில் பதித்துக்கொள்கிற தருணத்திலேயே, நம் தமிழ் மொழியிலும் கவிஞன் இப்படி மீறல் நிகழ்த்தும் போதெல்லாம் - விதப்புக் கிளவியால், புற நடையால், ஒழிபியலால், வழுவமைதியால் - இலக்கணம் நெகிழ்ந்து கொடுப்பதையும் நாம் அக்கறையோடு கருதிப் பார்க்கிறோம்.

'ஹைக்கூ' என்ற பெயரில் புனையப்படுவனவெல்லாம் வடிவப் படுத்துதலில் வெவ்வேறு நிலைகளுக்கு உட்படுத்தப்படுவது போலவே பொருண்மைப்படுத்துதலிலும் வெவ்வேறு நிலைகளுக்கு உட்படுத்தப்படுகின்றன. மூன்று வரிகளில் எழுதப்படுவன எல்லாமே இன்று தமிழில் 'ஹைக்கூ' எனப் பெயர் பெற்று விடுகின்றன. ஹைக்கூவை உலகிற்குத் தந்த ஜப்பானிய மொழியில் கூட, இது ஹைக்கூவா? இல்லை சென்ரியுவா? என்கிற குழப்பம் இல்லாமல் இல்லை. இவை இரண்டுமே அல்லாமல் உரைநடைத்தனம் கொண்ட 'ஹைபுன்' வேறு. எனினும், நல்ல வேளையாக ஹைக்கூ, சென்ரியு கவிதைகளில் காணப்படும் அதுவா? இதுவா? - குழப்பத்திற்குள் இது இல்லை. காரணம் - அது 'வடிவம்' பற்றிய 'ஹைக்கூ' அரங்கில் விவாதிப்பதற்கு உரியதாகி விடுகிறது.

அமெரிக்க ஹைக்கூ சங்கத்தின் முன்னாள் தலைவர் பிரான்சைன் பொரட் (Francine Porad) இச் சிக்கல் பற்றிப் பேசுகையில், 'ஒரு ஹைக்கூவில் மானுடம் பற்றி ஏதாவது ஒரு குறிப்பிருந்தால்கூட, அது சென்ரியுவாக மாறி விடுகிறது என்று சிலர் நம்புகிறார்கள். நான் இதை ஒப்புக் கொள்ள மாட்டேன். என்னுடைய கருத்துப்படி மானுட இயற்கைக்கும் இயற்கை உலகிற்கும் இடையே எந்தப் பிரிவும் இருக்கக்கூடாது; இருக்காது'' என்கிறார். சில சமயங்களில் ஒரு கவிதை ஹைக்கூ, சென்ரியு இரு வகைகளுக்கும் ஏற்றதாகக் கூட அமைந்துவிடும் என்றும் அவர் பிரிவினைக்கு எதிர்வினை செய்கிறார்.

1977-இல் உருவான 'ஹைக்கூ கனடா' (Haiku Canada) என்பதன் நிறுவனர்களில் ஒருவரான ஜார்ஜ் ஸ்வீட், ஹைக்கூ வகைக்

கவிதைகளை எல்லாம் படித்துத் தேர்ந்தபின் ஒரு முடிவுக்கு வந்தவராகப் பின்வருமாறு கூறினார்: **''ஆங்கில மொழி ஹைக்கூ மூன்று பொருண்மை வகைப்பாடுகளைக்** (Three content Catagories) **கொண்டவை: 1. இயற்கை ஹைக்கூ, 2. மானுட ஹைக்கூ [சென்ரியு], 3. மானுடமும் இயற்கையும் இணைந்த ஹைக்கூ [ஒட்டுமாங்கனி ஹைக்கூ].** இக் கருத்துக்களை எடுத்துக் காட்டுகளோடு தரும் 'ஹைக்கூவா? சென்ரியுவா?' வேறுபாட்டை எப்படிச் சொல்வது? (Haiku or Senryu) How to tell the difference? என்கிற தலைப்பில் எலிசபத் செயின்ட் ஜாக்குவஸ் எழுதியுள்ள கட்டுரை 'கவிஞர் களத்தில்' (Poets Forum - Volum II - 1) 1999-இல் வெளியிடப்பட்டிருக்கிறது.

1. ஆழமற்றது

2. வேடிக்கையானது

3. விடுகதை போன்றது

4. நகைச்சுவையானது

5. பொன்மொழி போன்றது.

இப்படி எல்லாம் சென்ரியுவைப் பற்றிச் சொல்லும்போது, இக் குணங்கள் எல்லாமோ, சிலவோ ஹைக்கூ மூலவர் பாஷோவின் காலத்தில் இருந்தே கவிதைகளில் கலந்து விட்டவைதாம் என்பதை நாம் மறக்கவியலாது. பாஷோ, ரெங்கா என்னும் இணைப்புக் கவிதைகளில் - ஹைகாய் - நொ - ரெங்கா (Haikai - no - renga) அல்லது நகைச்சுவை இணைப்புக் (Humorous renga) கவிதையில் முதன்மையுற்று விளங்கியிருக்கிறார்.

'சென்ரியு - தோற்றமும் வரலாறும்' பற்றி மட்டும் இங்கு அதிகம் பேச வேண்டியிருப்பதால், ஹொக்கு, ஹைக்கூ, ஹைபுன், ரெங்கா பற்றியெல்லாம் விளக்காமல் தொடர்வது பொருத்தம் என்று எண்ணுகிறேன்.

1980-இல் மேரி கேசல் என்பவர் வெளியிட்டுள்ள 'அன்றாடமை' (Everydayness) என்னும் தலைப்புள்ள - சென்ரியு அங்கதக் கவிதைகள் நூலின் முன்னுரை மிக மிகச் சுருக்கமாகச் சென்ரியு பற்றிக் குறிப்பிடுகிறது. 'ஹைக்கூவின் அங்கத வடிவம் சென்ரியு. ஹைக்கூ, இயற்கை உலகில் பார்வை செலுத்துகிறது எனில், மக்கள், பொருள்கள், சம்பவங்கள் ஆகியவற்றின்

மீது பார்வையைக் குவிப்பது சென்ரியு, 5 + 7 + 5 = 17 என்னும் அசைகள் அமைப்போடு ஒழுங்கு வகைப்பட்டு ஒவ்வொரு கவிதையும் இருக்கும். மறைபொருள் தன்மை உடையவையாய் இருப்பதால், ஒரு சமயத்தில் ஒன்றிரண்டு மட்டும் என்று கொஞ்சம் கொஞ்சமாகப் படிப்பதே பயனுடையதாக இருக்கும்.' இவ்வளவுதான் முன்னுரை. சென்ரியுவின் தோற்றம், வரலாறு பற்றிய எக்குறிப்பும் இம் முன்னுரையில் இல்லை.

ஹைகாய் - நொ - ரெங்கா என்னும் இணைப்புக் கவிதை அல்லது தொடர் கவிதையிலிருந்துதான் ஹைக்கூ தோன்றிற்று. இன்று ஹைக்கூ அளவு பரவலாக அறியப்படாத, பெயர் பெறாத - ஆனால் ஒரு காலத்தில் மிகச் செல்வாக்கோடு விளங்கிய சென்ரியு வகைக் கவிதையும், ஹைகாய்- நொ- ரெங்காவிலிருந்து பிறந்ததுதான்.

இணைப்புக் கவிதையின் முன் தொடக்கமாக அமைந்த தனிக் கவிதைத் தகுதியுடைய 'ஹொக்கு' - அவ்விணைப்புக் கவிதையிலிருந்து பிரிக்கப்பட்டதும் - 'ஹைக்கூ' எனப் பெயர் சூட்டப்பட்டதும் (ஹைக்கூ நால்வரில் ஒருவராகிய 'ஷிகி' (Shiki) காலத்தில்தான் (1867-1902). ஹொக்கு, ஹைக்கூ - இரண்டு வகையுமே தமக்கு வேண்டிய படிமங்களுக்காக இயற்கையைச் சார்ந்தே இருந்தன. ஆனால் இணைப்புக் கவிதையின் அகத்தே வளர்ந்து வந்த கவிதைப் பகுதிகள், நேரிடையாக மானுடத்தைச் சார்ந்தே இருந்தன.

ஹைக்கூ மூலவர் என்று போற்றப்படும் 'பாஷோ' காலத்தில் கவிதை புனைதல் ஒரு விளையாட்டாகவே மக்களிடையே பழக்கத்தில் இருந்து வந்தது. ஒருவகையில் இது நம் தமிழ்நாட்டு இடைக்காலப் புலவர்களிடையே இருந்துவந்த கவிதைப் போக்குகளோடு ஒப்பிட்டுப் பார்க்கத்தக்கதுதான். சொந்த அனுபவங்களைப் பாடுவது ஒரு வகையெனில், சொல்லிப்பாடுவது மற்றொரு வகை. சொல்லிப் பாடப்படும் கவிதைகளைச் சமுத்திப் பாடல்கள் என்று அக்காலத்தில் குறிப்பிட்டனர். இப் புலமைப் போட்டிகளை ஊக்குவிக்கும் - வளர்த்தெடுக்கும் சமுதாயப் பின்னணியும் கருதத்தக்கது. இச் சமயத்தில் காளமேகம் முதலான கவிதை விற்பன்னர்கள் நம் மனக்கண்முன்னே தோன்றுவர். அவர்களின் புரவலர்களான

பணக்காரர்களும், பண்ணையார்களும் உடன் தோன்றுவர். ஜப்பானில் பாஷோ காலத்தில் முக்கியமான பொழுதுபோக்காக இருந்தது - இத்தகைய இணைப்புக் கவிதைகள் இயற்றுவதுதான்.

கொடுக்கப்பட்டுள்ள கவிதைககு, முன் இணைப்பு இயற்றுவ தென்றும், முன் கவிதைக்கு இணைப்பு இயற்றுவது என்றும் விளக்கப்படும் இதனை, 'மாக்கு சுகே' அல்லது 'மாக்கு' (Macku - Zuke) என்று ஜப்பானிய மொழியில் குறிப்பிடுவர். முன்னுள்ள வரிகளை - அதாவது போட்டிக்கு அழைக்கும் அறைகூவல் வரிகளை ஒருவர் படைத்தால் - அதற்கு மற்றவர் பதிலாக இணைப்பு வரிகளை எழுதுவார். பதினெட்டாம் நூற்றாண்டின் இடைப்பகுதி வரை இக் கவிதை விளையாட்டு, தேநீர்க் கடை களிலும் மதுக் கடைகளிலும் வாடிக்கையான பொழுதுபோக்காக இருந்துவந்தது.

ஜப்பானிய மொழியில் முதன்முதலாக வெளிவந்த ரெங்கா கவிதைத் தொகுப்பிலிருந்து இத்தகைய இணைப்புக் கவிதைக்கு ஓர்எடுத்துக்காட்டை - வில்லியம் ஜெ.ஹிக்கின்சன் தமது 'ஹைக்கூ கையேடு' (The Haiku Hand Book) என்ற நூலில் காட்டியுள்ளார்.

ஹிட்டமாரோ சில பாடல்களைப்
பாடுவது போலவே..................
.... *(மாக்கூ)*

புதர்களுக்குக் கீழே
ஓடும் தண்ணீரில்
பாடும் ஒரு தவளை *(இட்சுகேகூ)*

இங்கு, புகழ் வாய்ந்த மன்யோசுக் கவிஞர் ஹிட்டமாரோவை ஒரு தவளையோடு ஒப்பிட்டுப் பேசுவதால் எழுகிற நகைச்சுவை ஒருபுறம். அத்தோடு புதர்களுக்குக் கீழே என்கிற பொருளைத் தரும் ஜப்பானிய 'காகி நோ மோட்டோ-ஓ' (Kaki no moto-o) என்பது ஹிட்டமாரோவின் புனைபெயரான காக்கினோ மோட்டோவை நினைவுக்குக் கொண்டு வந்து எழுப்புகிற நகைச்சுவை மற்றொரு புறம். அறைகூவல் விடுக்கும் முன்னுள்ள கவிதை வரிகளை எதிர்கொள்ளும் இத்தகைய கவிதைகள் நூற்றுக்கணக்கில் ஜப்பானில் குவிவது வழக்கம். இவ்விணைப்புக் கவிதைகள் சிலேடை முதலிய அணி நயங்களோடு சேர்ந்து ஒன்றைஒன்று

இறுகத் தழுவிக் கொள்கின்றன. கவிஞர்களின் ஆற்றல் திறன்களை வெளிப்படுத்தும் முன்னுள்ள அறைகூவல் வரிகளை ஜப்பானியர் 'மாக்கூ' (Macku) என்று கூறினர் என்பதை முன்பே பார்த்தோம். பதிலாக வரும் இணைப்பு வரிகளை, 'இட்சுகேகூ' (Itsukeku) என்றனர். 'மாக்கூ' இல்லையாயின் பின்வரும் 'இட்சுகேகூ' எழுவதற்குக் காரணமே இல்லாமல் போகலாம். அல்லது சாரமற்றதாகவும் போய்விடலாம். இவ்வடிவத்தில், நாளடைவில் அறைகூவலாக வரும் 'மாக்கூ'. அதாவது, முன்னுள்ள கவிதை, ஆர்வத்தையும் கவிதை ஆசையையும் தூண்ட முடியாமல் துவண்டு போனது. எனவே காலப்போக்கில் 'மாக்கூ' கைவிடப்பட்டது.

ஆனால் அதற்கு முன்னதாகவே, 17-ஆம் நூற்றாண்டின் இறுதியில் 'பாஷோ' காலகட்டத்தில் 'மாக்கூ சுகே' கவிதை விளையாட்டு 'ரெங்கா' என்னும் இணைப்புக் கவிதையிலிருந்து உறவைத் துண்டித்து விட்டது. அப்படிப்பட்ட நிலையில்தான் தேநீர்க் கடைகளிலும் மதுக் கடைகளிலும் இக்கவிதைக் களியாட்டம் செல்வாக்கைப் பெற்றது. இக்கவிதை விளையாட்டு எப்படிச் செயல்பட்டது என்பது ஒரு சுவையான வரலாறு.

கவிதையின் இவ்வகைமையில் வல்லாளர் என்று முத்திரை பதித்த ஒருவர் - இத்தகைய கவிதைகளை ஆய்ந்து தீர்ப்பளிக்கும் திறமை பெற்றவர் என்று புகழ் பெற்ற ஒருவர் - இதற்கெனப் பணியில் அமர்த்தப்படுவார். அவருக்கு ஜப்பானிய மொழியில் 'டென்யா' (Tenya) என்று பெயர். அவர்தான் - தேநீர், மதுக் கடைகள் பக்கம் 'மாக்கூ' என்னும் முன் கவிதைகளை (போட்டிக்கு அழைக்கும் அறைகூவல் வரிகளை) ஒரு திங்களின் சில வாரங்களில் எடுத்துக்கொண்டு போய்க் கொடுப்பார். அடுத்த சுற்று - அக்கடைகளுக்குச் சென்று - அவரோ அவருடைய முகவரோ - மாக்கூ கவிதைகளுக்குப் பதிலாக வந்த கவிதைகளைத் திரட்டி வருவார். அப்போதே அடுத்த சுற்றுக்கான முன்கவிதைகளை அக் கடைகளில் ஒப்படைப்பார். பதில் வரிகளைத் தருபவர்கள் கூடவே சிறிதளவு கட்டணம் செலுத்துவர். 'இட்சுகேகூ' கவிதைகளில் சிறந்தவை தேர்ந்தெடுக்கப்பட்டு, அவற்றுக்குப் பரிசு தர அந்தத் தொகையைப் பயன்படுத்திக் கொள்கிற பழக்கம் கவிதைக் கலைக்குச் சாமரம் வீசுவதுபோல் அமைந்திருந்தது. வெற்றி

பெற்ற கவிதைகளை அச்சிட்டு - அவ்வப்போதே அக்கடைகளில் விற்பனைக்கு எனக் கொடுத்து விடுவார்கள்.

இப்படிப்பட்ட கவிதை விளையாட்டில் 'டென்யா' என்னும் மதிப்பீட்டாளராக இருந்தவர்கள் தலைசிறந்த ஹைகாய்க் கவிஞர்களாக இருந்தனர். ஹைக்கூ மூலவர்களில் முதல்வரான பாஷோவின் மாணவர்கள் கிககு, சொனேஜா ஆகியோர் இப்பணியில் ஈடுபட்டிருந்தார்கள் என்பதை நினைக்கும்போது, தீவிரத் தன்மையற்ற, வேடிக்கையான இக்கவிதை வரலாற்றை அவ்வளவு மட்டமானதாக ஜப்பானியக் கவிஞர்களோ மக்களோ கருதவில்லை என்னும் உண்மை தெளிவாகப் புரிகிறது. இக் கவிதை வகை மிக உயர்ந்த இலக்கியத்தைப் படைக்கவில்லை எனினும், நடுத்தட்டு மக்களுக்கு வாழ்க்கை அலுப்பை அகற்றும் சாதனமாகவும் - சுய அறிவுக்கு ஏற்றதாகவும் இருந்தது. இவையே நகைச்சுவையின் அடிப்படையான இரண்டு செயற்பாடுகளாக இவற்றில் பொருந்தின.

பேரளவிலான இக்கவிதைச் செயல்பாட்டில் கலந்து கொண்டவர்களில் பெரும்பான்மையானவர்கள், முன்னே குறிப்பிட்ட நடுத்தட்டு சமுதாயத்து உறுப்பினர்களோடு பெரு வணிகர்களுமாவர். பெரும்பாலும் இன்றைய ஜப்பான் தலைநகரான டோக்கியோவைச் சேர்ந்தவர்கள் இவர்கள். ஜப்பானியக் கவிதை உலகில் கோலோச்சிய பிரபுக்களையும் மதக் குருமார்களையும் போன்ற - மேட்டிமைத்தனமான சுவையீடுபாடுகள் எல்லாம் இல்லாதவர்கள் இவர்கள். தேநீர்க் கடைகளிலும் - மதுக் கடைகளிலும் பாடப்படும் கவிதைகளில் இதிகாச, காவியப் பாத்திரங்களோ சம்பவங்களோ எப்படி வர முடியும்? நடுத்தர மக்களின் அனுபவம், உணர்வு, கொச்சை மொழி ஆகியனவெல்லாம் அரங்கேறக் காளமேகங்கள் கிடைத் தால் போதும். கவிச் சக்கரவர்த்திகள் தேவையில்லையே!

இவ்வகைமைக் கவிதைக்குச் 'சென்ரியு' என்று பெயர் வந்தது எப்படி? முன்னே குறிப்பிட்டதை மீண்டும் இங்குக் குறிப்பிட்டுத் தொடரலாம்.

மாக்கூ சுகே (Macku Zuke) என்னும் முன் கவிதைக்கு எழுதப் படும் இணைப்புக் கவிதைகளைத் தேர்ந்தெடுப்பதில் திறம் பெற்றவராக விளங்கியவர் பெயர் 'காரை சென்ரியு' (1718-1790).

இவர் தேர்ந்தெடுத்துத் திரட்டியவற்றிலிருந்தே இவருடைய மாணவர் கோரியோகென் அருபேசி (Goryoken Arubeshi) 1765-இல் 'ஹைபி யானகிடரு' (Haila yanagidaru) என்ற பெயருடைய தொகுப்புகளை வெளியிடத் தொடங்கினார். படித்த அளவில் புரியக் கூடியவற்றை மட்டுமே எடுத்துக்கொண்ட அருபேசி - முன் கவிதைப் பகுதியை விலக்கிவிட்டார். எனவே 'சென்ரியு' என்பது இவ்வகைக் கவிதையைத் தேர்ந்தெடுத்துத் திரட்டியவர் பெயர்தான் என்பதை நாம் அறிய முடிகிறது. வில்லியம் ஜெ.ஹிக்கின்சன் 1988-இல் வெளியிட்ட 'ஹைக்கூ கையேடு' என்ற தமது நூலில் இதனைக் குறிப்பிட்டிருக்கிறார். ஆனால் அவரே 1996-இல் எழுதி வெளியிட்டுள்ள 'ஹைக்கூப் பருவங்கள்' (The Haiku Seasons) என்ற நூலில் 'சென்ரியு' பெயர்க் காரணத்தைப் பிறிதொரு வகையில் காண்கிறார். இதனை முன்னேயும் குறிப்பிட்டுள்ளேன்.

பதினெட்டாம் நூற்றாண்டின் இடைப்பகுதி முதல் இறுதிப் பகுதி வரை இப்படிப்பட்ட கவிதைப் போட்டிகள், ஜப்பானிய மக்களிடையே - செல்வாக்குப் பெற்ற விளையாட்டாக நகரப் பகுதிகளில் எல்லாம் பரவின. 'பத்தாயிரம் கவிதைப் போட்டிகள்' (Manku - awase) என்ற தலைப்பில் அச்சிடப்பட்ட தாள்களில் வெளியான கவிதைகள் அவ்வப்போது வெளியிடப்பட்ட பெரிய பெரிய தொகுப்புகளில் இடம் பெற்றன.

'குறுக்கு எழுத்துப் போட்டிகள்' வெளியிடுபவர்கள் விடைகளைப் போட்டிக்குக் கீழோ - வேறு ஒரு பக்கத்திலோ அச்சிட்டுத் தருவது போல, 'மான்கூ- அவாஸ்' போட்டிகளிலும் பதில் கவிதைகளை முதலில் அச்சிட்டு - அவற்றுக்குரிய போட்டிக்கு அழைக்கும் அறைகூவல் கவிதைகளைப் படிப்பவர்கள் கண்டுபிடித்துக் கொள்ள வாய்ப்பாக இணைத்திருந்தனர். ஆனால் தொகுப்புகளாக அவற்றை வெளியிட்டபோது, அறைகூவல் கவிதைகளை அகற்றிவிட்டனர். கவிதை எழுதத் தூண்டிவிட்ட ஒன்று - கவிதை எழுதிய பிறகு பயன் முடிந்ததாகிவிடுகிறது. அதுவுமன்றி, பதிலாக எழுதப்பட்ட கவிதையின் பொருண்மை புரிதலுக்கு, அது தேவையில்லாமற் போய்விடுகிறது என்று தொகுப்பாளர்கள் கருதினர்.

இவ்வாறு எழுதிக் கொண்டுவரும் வில்லியம் ஜெ.ஹிக்கின்சன், 'ஐம்பதுக்கும் மேற்பட்ட முக்கியமான தொகுப்புகள்

அவ்வப்போது இக்கவிதைகளை வெளியிட்டன என்றும், அவற்றுள் பல இருபது பதிப்புகளுக்கு மேல் அச்சிடப்பட்டன' என்றும் கூறுகிறார்.

'சென்ரியு' கவிதைகளில் மூன்று முக்கியமான மாறுதல்களைக் கால மாறுபாடு ஏற்படுத்தி வைத்துள்ளது. அவை:

1. போட்டிக்கு அழைக்கும் அறைகூவல் கவிதைக்குப் பதில் சொல்வது என்கிற - போக்கு சென்ரியுவிலிருந்து அகன்று விட்டது. மக்கள் இப்போது எந்த அறைகூவலையும் சந்திக்க வேண்டிய தேவை இல்லாமல், தங்கள் விருப்பப்படி தனிநிலைச் சென்ரியு எழுதுகின்றனர். இது 'ரென்கு அல்லது 'ரென்கா' என்னும் இணைப்புக் கவிதைக்குத் தொடக்கக் கவிதை எழுதுகிறோம் என்ற மனநிலையில் இருந்து விடுபட்ட கவிஞர்கள் 'ஹைக்கூ' எழுதுவதோடு ஒப்பிட்டுப் பார்க்கத்தக்கது.

2. சென்ரியு என்பது மனித வாழ்வை அங்கதப்படுத்துவதுதான் என்னும் கோட்பாடு அழுத்தத்தையும் கொஞ்சம் அப்புறப்படுத்தி விட்டது, இக்காலச் சென்ரியு. இப்போது மானுடப் புலனுணர்வையே மிகுதியும் சார்ந்திருக்கிறது. இயற்கைக் காட்சிகளில் கூட மானுடச் சிந்தனைகளை முதன்மைப்படுத்துவதாகவும் சில வேளைகளில் சென்ரியு அமைந்துவிடுகிறது.

3. ஹைக்கூ புனைதலில் அதிகரித்திருப்பதுபோல் இன்று சென்ரியு படைப்பாளர்களிலும் பெண்களின் எண்ணிக்கை பெருகியிருக்கிறது.

சென்ரியுக்கள் அன்றும் இன்றும் பொருண்மை நிலையிலும் புலப்படுத்து நிலையிலும் பலவகைக் கோலங்களில் - கோணங ்களில் மலர்ந்துள்ளன. (முன்னே குறிப்பிட்டதை நினைவிற் கொண்டு மீண்டும் காணலாம்).

1. அறிவுரை கூறலாய், பொதுத் தன்மையதாய்;
2. பொன்மொழிகள் போன்றவையாய் - வேடிக்கைச் சிறுகதை களாய்;
3. விடுகதைப் போக்கினதாய் - நகைச்சுவை பயப்பதாய்.

- இவ்வாறெல்லாம் வெளிவரும் சென்ரியுக்கள் ஹைக்கூவோடு சேர்த்தே வெளியிடப்பட்டு விடுகின்றன.

எனினும், இன்று ஜப்பானில் சென்ரியு கவிதைகளுக்கென்றே இதழ்கள் நடத்தப்படுகின்றன. மனநலத்திற்கு உரிய விளையாட்டுப் போட்டிகளில் ஒன்றாக, கணினி இணையம் சென்ரியுவைச் சேர்த்திருப்பதையும் இங்குச் சுட்டிக்காட்ட விரும்புகிறேன். சென்ரியு கேலிச்சித்திரப் பகுதிகளும் இணையத்து வழி இன்று கிடைக்கின்றன. தமிழில் வெளிவந்துள்ள ஹைக்கூ தொகுப்புகளில் சென்ரியுக்கள் முகம் காட்டுவதை ஹைக்கூ வாசகர்களும் ஆய்வாளர்களும் தொடர்ந்து கண்டு வருகின்றனர்.

(2002-ஆம் ஆண்டு சென்னைப் பல்கலைக்கழகத்தில்
நிகழ்த்திய உரையின் எழுத்தாக்கம்)

★

ஹைக்கூ கவிதை தமிழ் மண்ணில் வேரூன்றி விட்டது...

கவிப்பேருவி ஈரோடு தமிழன்பன் நேர்காணல்

தமிழ்க் கவிதைகளில் பாரதிதாசனுக்குப் பிறகான கவிஞர்களில் முன்னிலையில் இருப்பவர் ஈரோடு தமிழன்பன். பாரதிதாசனோடு பல ஆண்டுகள் பழகியவர். மரபில் ஆழ்ந்த புலமையும், புதுக்கவிதைகளில் தெளிந்த சமூகப் பார்வையும் கொண்டவர்.

தமிழில் மகாகவி பாரதியாரால் அறிமுகமான ஹைக்கூ கவிதை களை, ஆரத்தழுவி வரவேற்றதிலும் முன்னோடியானவர். ஹைக்கூ, சென்ரியு, லிமரைக்கூ எனப் பல புதிய வடிவ முயற்சி களையும் நம்பிக்கையோடு தமிழில் அறிமுகம் செய்துவைத்த பெருமைக்குரிய கவிஞர்.

'திசை எட்டும்' தமிழ் ஹைக்கூ நூற்றாண்டுச் சிறப்பிதழுக்காக, தற்போதைய தமிழ் ஹைக்கூ கவிதைகளின் போக்கு மற்றும் அது பயணப்பட வேண்டிய திசை குறித்தும் கேட்டோம்.

எவ்விதத் தடையுமற்று மனந்திறந்த உரையாடலைத் தொடங்கினார்.

இனி, அவரோடு...

- சந்திப்பு : **மு.முருகேஷ்**

தமிழில் ஹைக்கூ கவிஞர்களின் முன்னோடி நீங்கள். தமிழில் ஹைக்கூ கவிதைகள் அறிமுகமாகி, ஒரு நூற்றாண்டைத் தொட்டிருக்கும் இவ்வேளையில், தமிழில் ஹைக்கூ கவிதை கள் பற்றிய உங்களின் பார்வை என்னவாக இருக்கிறது?

தமிழ் மொழியின் வளமும் வனப்பும் மிகமிக எளிதாக, ஹைக்கூவை உள்வாங்கிக் கொண்டது வியப்பில்லை. ஜப்பானிய மொழிக்கும் தமிழுக்கும் உரிய மொழி அடிப்படையிலான தொடர்புகளும், ஜப்பானியர்களுக்கும் தமிழர்களுக்கும் வாழ்க்கைப் பார்வைகள் பரிமாணங்கள் வழி அமைந்த தொடர்புகளும், ஹைக்கூ வழியாகவும் தமக்குத் தளம் அமைத்துக் கொண்டுள்ளதாகவே நான் கருதுகிறேன்.

'சுருங்கச் சொல்லல்' என்கிற இலக்கண உத்தியும், தமிழுக்கும் ஜப்பானியத்திற்கும் பொதுவானதே.

இந்திய மொழிகளிலேயே பவுத்தத்திற்கு அரியதொரு காப்பியம் கண்டது நம் தமிழ் மொழி. எனவே பவுத்த ஜென் வழிச் சிந்தனைகளை உள்வாங்கிக்கொண்டு கவிதை புனைவது தமிழ்க் கவிஞனுக்கு அயல்புலம் ஆகாது.

ஆங்கிலம் வழி வந்த பதினான்கடி 'சானட்' வகைக் கவிதை வகைமை தமிழில் வெற்றி பெறாமற்போனதற்கும் ஜப்பானிய ஹைக்கூ கவிதை வகைமை வெற்றி பெற்றதையும் ஒருசேர எண்ணிப் பார்க்கின்ற வேளையில் இவ்வுண்மை புலப்படும். ஹைக்கூ தமிழில் வெற்றி பெற்றுவிட்டது என்று சொன்னால் - இனிப் புதிதாகச் செய்வதற்கு ஹைக்கூவைப் பொறுத்தவரையில் ஏதும் இல்லை என்கிற எண்ணம் தோன்றும். எப்போதுமே நிறைவு அல்லது திருப்தி அடைந்துவிட்டதாகக் கருதினால் முயற்சிகளும் முன்னேற்றங்களும் தடைபடும். ஆகவே என்னைப் பொறுத்தவரை 'ஹைக்கூ தமிழ் மண்ணில் வேரூன்றிவிட்டது' என்று துணிந்து சொல்வேன்.

ஆரம்பத்தில் சில நவீன இலக்கிய இதழ்களில் மட்டுமே ஹைக்கூ மொழிபெயர்ப்புகள் அறிமுகமாயின. மரபுக் கவிஞர்கள் பலரும் புதுக்கவிதையையோ, ஹைக்கூ கவிதை யையோ ஏற்காத போது, புகழ்பெற்ற மரபுக் கவிஞரான

நீங்கள் ஹைக்கூ எழுதினீர்கள். அப்போது எவ்வகையான விமர்சனத்தை நீங்கள் எதிர்கொண்டீர்கள்?

மாறிக்கொண்டே வருவதுதான் மரபு. தமிழ் யாப்புலகம் விரிவானது; விந்தைகள் மிக்கது; வளம் நிறைந்தது. பாக்கள், பாவினங்கள், சிந்துகள், தெம்மாங்குகள் (தென்பாங்கு) என்று ஆயிரம் வகையான கவிதைகள் தமிழில் உண்டு. இப்பாக்கள் எல்லாமே இன்றும் தொடர்ந்து கையாளப்பட்டு வருகின்றனவா என்றால் - இல்லை என்பதே விடையாகக் கிடைக்கும். கலிப்பா வகைமைகள், வஞ்சிப்பா வகைமைகள், பரிபாட்டு இப்படி எத்தனையோ தம் வாழ்வுப் போராட்டத்தை நடத்தித் தளர்ந்து, கால ஓட்டத்தில் காணாமல் போய்விட்டன. கையாளுகையில் இன்று இல்லை. இதுவும் ஒரு வகையான டார்வினியச் சித்தாந்தப்படி கவனிக்கப்பட வேண்டியதாக உள்ளது. உயிரினத்தின் போராட்டம் ((Struggle for existance and survival of the Fittest) போல வாழ்வுப் போராட்டத்தை நடத்தி, வீறு பெற்றவை வாழ்கின்றன; மற்றவை வீழ்கின்றன.

மரபுக்கவிதையைப் பொறுத்தவரையில், இறுக்கமான இலக்கண விதிமுறைகள் உடையவை; எனினும் படைப்பவனுக்காக நெகிழ்ந்து கொடுப்பது. ‘செந்தொடை’ என்பது அப்படிப் பட்டதுதான். மரபு வழி எழுதுகிறவர்கள் மதிக்கத்தக்கவர்கள். ஆயினும் காலம் - கல்வெட்டு எழுத்துப்போல அப்படியே நிற்பதில்லை. புதுக்கவிதைக்கு எதிர்ப்பு வந்தபோது, புதுக்கவிதை யாளர்கள் தம் படைப்புகளில் இலக்கணம் இருக்கிறது என்று நிறுவவே ஆசைப்பட்டனர். சி.சு.செல்லப்பா போன்றவர்கள் இணைக் குறள் ஆசிரியப்பாப் போன்றதுதான் புதுக்கவிதை என்று வாதாடினர். ஏன்? மரபை எதிர்ப்பதோ உதிர்ப்பதோ அவ்வளவு எளிதில்லை என்பதுதான். கரந்தைப் புலவர் கல்லூரிப் பேராசிரியர் பாவலரேறு பாலசுந்தரனார் படிமம், குறியீடு, புதுக்கவிதை, ஹைக்கூ எல்லாவற்றுக்குமே இலக்கணம் எழுதினார். சென்னை, அ.ம.ஜெயின் கல்லூரிப் பேராசிரியர் இரா.இராஜேந் திரன் ‘புதுக்கவிதை இலக்கணம்’ என்னும் நூலில் விரிவான முறையில் புதுக்கவிதைக்கு இலக்கணம் படைத்துள்ளார்.

புதுக்கவிதைக்கு இலக்கணம் உண்டெனில், புதுக்கவிதையின் வாழ்வுக்கும் வளர்ச்சிக்கும் பெரிதும் பயன்பட்ட ஹைக்கூ கவிதைக்கு எப்படி இலக்கணம் இல்லாமல் போகும்?

ஆனாலும் ஹைக்கூ, இருமுனை எதிர்ப்புகளைச் சந்திக்க நேர்ந்தது. இப்படிப்பட்ட எதிர்ப்புகளைத் துணிவாக எதிர் கொண்டு தோற்றுவிடாமல் தனது வெற்றிக்கொடியை ஏற்றியது. ஏறத்தாழ இதன் வெற்றி முப்பது ஆண்டுகளுக்கு முன்பே உறுதிப்பட்டுவிட்டது. கடந்த எண்பதுகளில் 'சூரியப்பிறைகளை' நான் வெளியிட்டேன். ஹைக்கூ பற்றி 22 பக்கங்களில் விரிவான முன்னுரை எழுதியிருக்கிறேன். பேராசிரியர் திருமதி லீலாவதி அம்மையாரின் 'இதுதான் ஹைக்கூ' என்ற நூலுக்கும் (நூலுக்கு நான்தான் பெயர் வைத்தேன்.) விரிவான முன்னுரை எழுதியிருக்கிறேன். ஹைக்கூவில் இப்போது ஏற்கப்பட்டுள்ள மாற்றங்களை இருபத் தைந்து ஆண்டுகளுக்கும் முன்பே நான் செய்தேன். அப்போது மறுத்தவர்கள் - மாறுபட்டவர்கள் - என் கருத்துகள் சரியானவை என்பதை இப்போது வெளிவருகிற ஜப்பானிய, ஹைக்கூ கவிதைகள் உட்பட மற்ற நாட்டு ஹைக்கூ கவிதைகளிலும் காண்கின்றனர். தமிழ் இலக்கணம் போல, ஜப்பானிய இலக்கணம் விட்டுக் கொடுத்து, படைப்பாளியை ஊக்குவித்து வளர்க்கக் கூடியதுதான்.

ஹைக்கூவில் சமூகம், அரசியல், வரலாறு என்பன இடம்பெற வாய்ப்பில்லை என்று நம் முற்போக்குக் கவிஞர்கள் அதனைத் தொடவே இல்லை. சமூக அவலங்களை அம்பலப்படுத்துதல், குத்திக் காட்டுதல், நகையாடுதல் என எல்லாம் செய்ய வாய்ப்பாக, சென்ரியு உண்டென்று தெரிந்தும் அவர்களுக்கு அவ்வளவாக மனம் ஒப்பவில்லை. இந்நிலையில் புதுக்கவிதையாளர் களுள் நான் ஒருவனே ஹைக்கூ, சென்ரியு, லிமரைக்கூ என்று புதுப்புதுக் கவிதை வகைமைகளைத் தொடர்ந்து தமிழில் அறிமுகப்படுத்தினேன். நூல்கள் வெளியிட்டேன். என்னைத் தொடர்ந்து எழுதுபவர்கள் நூறுநூறாகப் பெருகுவதைக் கண்டு பெருமைப்படுகிறேன்.

''தமிழில் எழுதப்படுவதெல்லாபம் ஹைக்கூ இல்லை; அது பொய்க்கூ...'' என்கிற குற்றச்சாட்டு இன்னமும் வைக்கப் படுகிறதே. இது சரிதானா?

இப்படிச் சொல்கிறவர்கள், எத்தனை மொழிகளில் எழு தப்படும் ஹைக்கூ கவிதைகளைப் படித்திருப்பார்களோ எனக்குத் தெரியவில்லை. ஆனாலும் அவர்கள் கூறுவதில் உண்மை

இல்லாமல் இல்லை. அனுபவம் இல்லாமலும், ஆழ்ந்த உணர் வில்லாமலும், அவசரத்தில் அள்ளித் தெளித்த கோலங்களாக ஆயிரம் ஆயிரம் ஹைக்கூக்கள் வெளியிடப்படுகின்றன என்பதும் உண்மையே. 'நகல் முயற்சிகள் அசல் படைப்புகளைத் தரமாட்டா' என்பது மறுக்க முடியாத உண்மைதான். ஆனால் ஒரு புதுவகை முயற்சி மேற்கொள்ளப்படுவதை எதிர்பார்த்திருந்து - அதனைச் சம்மட்டி அடியாக அடித்து அழிக்க நினைப்பது 'இலக்கிய ஏகாதிபத்தியத்தின் வெறியாட்டம்' என்றுதான் சொல்ல வேண்டும்.

பாரதியார் எழுதியபோது கூட 'இதென்ன வெள்ளைப்பாட்டு' என்று நொள்ளை சொன்னவர்கள் பரம்பரை இன்றும் இருக்கிறது என்பதற்கு இவர்களே சான்று. 'பொய்க்கூ' எழுதுகிறவர்களுக்கு 'மெய்க்கூ' எழுதிக்காட்டலாம் தானே! 'முத்தம் கொடுத்திட வேண்டாம். எழுதுகிற விரல்களை முறித்து எறியாதீர்கள்' என்றுதான் எனக்குச் சொல்லத் தோன்றுகிறது.

தமிழில் ஹைக்கூவோடு அடுத்தடுத்த வடிவங்களை சென்ரியு, லிமரைக்கூ, லிமரைக் சென்ரியு ஆகிய வடிவங்களை அறிமுகப் படுத்தியவர் நீங்கள். அந்த வடிவங்களுக்கான வரவேற்பு எப்படி இருக்கிறது?

மிகமிக நல்ல வரவேற்பு இருந்தது என்பதற்குச் சான்று என்னுடைய 'ஒரு வண்டி சென்ரியுக்குப் பிறகு' வெளிவந்த பல சென்ரியு நூல்கள். 'கொஞ்சம் ஹைக்கூ, கொஞ்சம் சென்ரியு' என்று தலைப்புக் கொடுத்துக் கூட வெளியிட்டார்கள் கவிஞர்கள். பத்துப் பதினைந்து 'சென்ரியு' நூல்களுக்கு நான் முன்னுரை எழுதியிருக்கிறேன். ஹைக்கூவைக் காட்டிலும் நம் கவிஞர்கள் சென்ரியுவைத் திறமையாகக் கையாளுகிறார்கள் என்று நான் சொல்வேன்.

சென்ரியு என்பதோடு நம் தமிழ்ப் பழமொழிகளை இணைத்து, ஒரு திருப்பம் அல்லது ஒரு வினா அல்லது ஒரு மாற்றம் செய்து மூவடிகளைக் கொண்ட ஹைக்கூவைப் போல நான் இயற்றி வெளியிட்ட நூல் 'ஒரு கூடைப் பழமொன்றியூ' என்பது. இதற்கு முன்னதாக, ஆங்கிலத்தில் டெட்பார்க்கர் என்பவரால் முதன்முதலில் எழுதப்பட்ட 'லிமரைக்கூ' கவிதை வகையில் நான் ஒரு நூலை வெளியிட்டேன். அதற்குச்

'சென்னிமலைக் கிளியோப்பாத்ராக்கள்' என்று பெயர். இவ்வகைப் படைப்பாக்கத்தை உள்வாங்கி ஏறத்தாழ இருபதுக்கும் மேற்பட்ட லிமரைக்கூ நூல்கள் தமிழில் வெளிவந்துவிட்டன. நம் இளம் கவிஞர்கள் மிகச் சிறப்பாகவே லிமரைக்கூ கவிதைகளும் எழுதி வருகின்றனர். லிமரிக் என்னும் ஆங்கில வகைக் கவிதையும் ஜப்பானிய ஹைக்கூவுக்கும் செய்துகொண்ட கலப்பு மணத்தால் கைக்கு வந்த கவிதைக் குழந்தை 'லிமரைக்கூ'. இவ்வகைப் புதுமை வகைமைகளை அறிமுகப்படுத்தும்போது விரிவான முன்னுரைகள் எழுதுவது என் பழக்கம். இவ்வகைப் பாக்களைத் தமிழ்க் கவிஞர்கள் எளிதாகத் தடம் பற்றி நடைபோடட்டும் என்பதுதான் என் ஆசை. எனக்கு இவ்வகை முயற்சிகளில் எல்லாம் மகிழ்ச்சிதான். தமிழில் உருது கஜல் கவிதைகளை அப்படியே அக, புறக் கட்டுமானத்தோடு கொண்டு வர முடியாது என்பது சிலருடைய எண்ணம். இது எல்லா மொழிகளுக்குமே உள்ள நிலைமைதான்.

தமிழில் கஜல் கவிதைகளின் உணர்வை, உள்ளடக்கத்தை, தொனியை, தோரணையைக் கொண்டு வரமுடியும். ஆனால் புற வடிவத்தைக் கொணர முடியாது என்றே சிலர் கருதுகின்றனர். புறவடிவத்தையும் கொண்டு வரலாம் என்பதை என்னுடைய கஜல் பிறைகள் என்னும் நூலில் நான் நிறுவியுள்ளேன். 'கஜல் பாணியிலான கவிதைகள்' என்றே அந்நூலுக்குப் பெயரிட நான் விரும்பியபோது - தமிழக அரசின் உருது அகாதமி துணைத் தலைவரும் தமிழ், உருது, ஆங்கிலம் ஆகிய மொழிகளிலும் வல்லவருமான சஜ்ஜத் புகாரி அவர்கள் - கஜல் பாணியிலான என்பது தேவையில்லை. கஜல் கவிதைகள் என்றே பெயர் சூட்டும்படி வற்புறுத்தினார். உருதுவில் கஜல் பாடும் திறமை பெற்றவர்கள் என் தமிழ்க் கஜல் பாடல்களைப் பாடிக் குறு வட்டிலும் பதிவு செய்தனர்.

இப்படித் தமிழில் புது முயற்சிகள் பலவற்றை நான் செய்துள்ளேன்; வெற்றியும் பெற்று வந்துள்ளேன்.

தமிழில் துளிப்பா என்று ஹைக்கூவை அழைப்பது முழுமை யாகப் பொருந்துமா?

என்ன பெயர் ஹைக்கூவுக்குத் தமிழில் வைக்கலாம் என்கிற ஆர்வமும் முயற்சியும் வரவேற்கத்தக்கவையே. அப்படி வைக்கப்

படும் பெயர் பொருந்தி வருகிறதா; பொருந்தி வருகிறதெனில் முழு அளவா? ஓரளவா? என்றெல்லாம் பார்க்கத் தேவையில்லை என்னும் தமிழ்ப்பற்றுப் பாராட்டப்பட வேண்டிய ஒன்றுதான். ஆனால் தம் குழந்தைகளுக்கே தாய்மொழியில் பெயர் வைக்க மறுக்கும் அல்லது தயங்கும் மக்கள் மற்றவர்கள் குழந்தைக்கு அழகொழுகும் தமிழ்ப்பெயர் வைக்க முந்துவது ஒரு முரணாகத் தோன்றவில்லையா?

ஹைக்கூ என்பதை துளிப்பா என்று சொல்வதில் அதன் அளவு கருதிய ஒரு பொருத்தம் இருக்கிறது. மறுக்க இயலாது. ஆனால் ஜப்பானியப் பெயர் அப்படி அளவுகருதிச் சூட்டப்பட்டதா? இல்லையே.

வடிவம் ஹைக்கூவுக்கு மிக அடித்தளமான இலக்கணம்தான். ஆனால் வடிவம் தந்த பெயரான ஹைக்கூ என்பதற்கு ஜப்பானிய மொழியில் பலவிதமான விளக்கங்கள் உண்டு.

1996-இல் வெளிவந்த ஹைக்கூ நூலொன்றில் 'ஹைகாய்' என்பதில் உள்ள 'ஹை' தான் ஹைக்கூவின் முதற்பகுதி என்றும் அதற்குப் பொருள் 'வழக்கத்திற்கு மாறானது' என்பது பொருள் என்றும் குறிப்பிடப்பட்டுள்ளது.

விகுதிபோல் ஹைக்கூவில் அமைந்துள்ள 'கூ' என்பதற்கு, வரிகள் / வேறுபட்ட பகுதி / செய்யுட் பகுதி / செய்யுள் என்று பல பொருள்கள் தரப்பட்டுள்ளன.

ஹைக்கூ பற்றி முதன்முதலாக முனைவர் பட்டத்திற்கென விரிவான ஆய்வை நிகழ்த்திய நிர்மலா சுரேசு, தம் நூலில் 'ஹைக்கூ' என்னும் பெயர் பற்றிய கருத்துகளை எடுத்துச் சொல்லியுள்ளார். அவர் 'ஹை' என்பதற்கு ஜப்பானிய மொழியில் உள்ள 'அணுத்துகள் என்ற பொருளையும், ஹை என்ற மற்றோர் அடிச் சொல் 'முழுமையான கரு' என்ற பொருளையும் தருவதைச் சுட்டிக்காட்டியிருப்பதோடு, 'ஹாய்' (ஹை என்பதன் வடிவ மூலம்) 'ஒரு கோப்பை தேநீர்' என்று பொருள்படுவதையும் சுட்டிக் காட்டியுள்ளார்.

'ஹைக்கூ' என்பது 'கரு' போன்றும் 'உயிர் அணு'ப் போன்றும் உருவானதொரு கவிதை என்றும் முழுப்பொருள் கொள்ள வாய்ப்பளிக்கும் பெயராக இருப்பதைக் காணும்போது, 'துளிப்பா'

என்னும் தொடக்கநிலைப் பெயர்கள் நிறைவளிப்பனவாக இல்லை என்பதை அறிய முடியும். முழுமையாக - ஒரு யாப்பின் பெயராக (வெண்பா, அகவற்பா போல) இல்லை ஹைக்கூ என்பது. வடிவமே வகைமையுமாக ஒரு தனித்துவமான கவிதையைச் சுட்டிக்காட்டுகிறது. இப்படி வடிவமும் வகைமையுமான பெயராக நாம் உருவாக்கி, நம் நற்றமிழில் பெயர் சூட்டுவதே பொருத்தம்.

ஹைக்கூ கவிதைகளில் ஜென் தத்துவத்தின் தாக்கம் மிகுந்திருப்பது பற்றி...

ஜென் கவிதை என்றால் அல்லது ஜென் ஹைக்கூ என்றால் என்ன? என்கிற வினா எழுப்பினால், விடை சொல்பவர் ஜென்னையும் விளக்க வேண்டும். கூடவே கவிதை / ஹைக்கூ என்பதையும் விளக்க வேண்டும். இரண்டும் சேர்ந்திருப்பது எப்படி என்பதையும் விளக்க வேண்டும்.

இலக்கண வகுப்பு, கவிதை வகுப்பு / ஹைக்கூ வகுப்பு - மூன்றையும் ஒரு பாட வேளையில் நடத்திவிட முடியுமா? இத்தாலிக் கவிஞன் மாண்டேல் 'எது இல்லை என்பதை மட்டும் என்னால் சொல்ல முடியும்' என்று நம் முறை எது என்பது பற்றிய வினாவுக்கே விடை சொல்லும் போது சொன்ன வாக்கியம்தான் நம் நினைவுக்கு வருகிறது. 'ஜென் கவிதை ஆன்மீகமான ஒன்று'. இப்படி விடை சொன்னாலே போதும்போல் தோன்றுகிறது. ஆனால் ஹைக்கூ என்றவுடன் மகாயானக் கிளையில் அரும்பிய ஜென் பவுத்தம் நினைவுக்கு வந்து விடுகிறது. பெரிய புராணத்தைச் சைவ சமயத்தை விட்டுப் பிரித்தெடுத்து விட முடியாதவாறு போல, இராமாயணத்தை வைணவ சமயத்தைவிட்டுப் பிரித்து எடுத்துவிட முடியாதவாறு போல, ஹைக்கூவையும் ஜென்னிலிருந்து விடு வித்துப் பார்க்க முடியாதோ என்கிற எண்ணம் ஏற்பட்டு விடுகிறது.

ஜென் ஹைக்கூவை ஆராய்ந்தவர்கள், ஜென் மேல்நிலைப் பட்ட எண்ணங்களைக் கொண்டதன்று; ஒளிபடைத்த தருணங் களையே விரும்புவதன்று, அல்லது சாதாரணத் தருணங்களுக்கு உயர்தலோ மேம்பாட்டை ஊட்டுவது அன்று என்று கூறுகின்றனர். பின் ஜென் வழி எது என்று வினாவிய போது ஜென் ஆசான் ஜோசு 'சாதாரண மனமே வழி' என்ற விடை சொன்னார். இங்கு, இன்னொன்றையும் தவறாமல் குறிப்பிட்டாக வேண்டும். ஜென் வெளிப்பாட்டுக்கு மூன்றடி ஹைக்கூ மட்டுமே உரியதன்று.

கவிதை வடிவத்திற்கும் ஜென்னுக்கும் யாதொரு தொடர்பும் இல்லை. சீனச் செவ்வியல் யாப்பில் / ஜப்பானிய வாகாவில் (31 வகைகள்) ஹைக்கூவில் / கட்டற்ற யாப்பில் / மேற்கத்திய யாப்பு வகைகளில் ஏதேனும் ஒன்றில் ஜென் எழுதப்படலாம்.

பவுத்த அல்லது ஜென் குறியீட்டுச் சொற்கள் இடம் பெற்று விட்டதாலேயே ஒரு ஹைக்கூவோ - வாகாவோ - ஜென் கவிதை ஆகிவிடாது. சமயங்கள் சொல்லாட்சிகள் அல்ல, ஜென் கோட்பாடு அல்லது ஜென் உணர்வு தான் ஜென் கவிதையாக ஒன்றைக் கருத வைக்கும்.

ஜென் துறவி சமயச் சார்பற்ற கவிதை எழுத முடியும். ஜென் உள்ளொளி பெற்ற படிப்பறிவற்ற எளிய குடிமகன் ஜென் கவிதை படைக்க முடியும். இனி ஜென் கவிதையில், அதன் வாழ்வியக்கக் கோட்பாடு மட்டுமே இருந்தால் போதாது. அதன் வாழ்வியக்கம் அல்லது செயற்பாடு இருக்க வேண்டும். இவ்வடிப்படைகளை உள்வாங்கிக்கொள்ள, கிக்கான் (Kikan) கிகோ (Kigo) குறித்த தேர்ச்சி ஒருவருக்கு இருக்க வேண்டும். கிக்கான் என்பது ஹைக்கூவின் இன்றியமையாக் கூறாகக் கருதப்படும் பருவகால உணர்வைச் சுட்டுவது. கிகோ என்பது ஹைக்கூவில் இடம்பெறும் பருவ காலம் குறித்த சொல். இவற்றை இங்கு நாம் சுருக்கமாகவே கண்டிருக்கிறோம்.

ஜப்பானியச் சொல்லான ஜென் என்பது சீனமொழிச் சொல்லான ‘சான் - நீலீ’ என்பதன் திரிபு. அச் சீனச் சொல் ‘தியான’ என்னும் வடசொல்லை மூலமாகக் கொண்டது. சமற்கிருத தியானம் என்பதைச் சீனாவுக்குக் கொண்டு சென்றவர் இந்திய பவுத்தத் துறவி போதிதருமர். கி.பி.ஆறாம் (450 - 530) நூற்றாண்டைச் சேர்ந்தவர். காஞ்சிபுரத்திலிருந்து சென்ற இவரை, ஜப்பானியர்கள் ‘தாமோ’ என்றழைக்கிறார்கள்.

போதிதர்மர் என்கிற பெயரின் திரிந்த வடிவம்தான் ‘தாமோ’ என்பது. அவர் சொல்லியதெல்லாம், ‘எல்லாம் உன் மனதில் இருக்கிறது. உள்ளொளி என்பதையோ, நிருவாணம் என்பதையோ உன் மனதிற்கு வெளியே போய்த் தேடாதே’ என்பதுதான். அவரைப் பின்பற்றியவர்களுக்குக் கிடைத்த முதல் பாடம் அதுதான்.

ஜென்னுக்கு கடவுள் இல்லை, வழிபாடு இல்லை. சடங்குகள் சம்பிரதாயங்கள் இல்லை. சுவர்க்கம் இல்லை.

ஜென்னைப் பெற்றெடுத்த மகாயான பவுத்தத்தின் இரு கண்கள் - உயர் ஞானமும், உயிர் இரக்கமும் ஆகும்.

எனவே ஜென்னை அணுகவோ அறியவோ மனம்தான் தேவை; மதம் அல்ல. ஜென் என்பதே உணர்வின் அனுபவம்தான். அறிவின் புரிதல் கூட அல்ல. எனவே சட்டென்று இறங்கிவிடும் உள்ளம் கசிந்துவிடும் உணர்வு கொண்டவர்கள் ஜென்னுக்கு நெருக்கமானவர்கள் என்று சொல்லலாம். ஜென்னில் அணிகள், அலங்காரங்கள் - பிடிபடா மர்மங்கள் இல்லை - முத்திரைகளும் கிடையாது. ஜென் பற்றியும், கவிதை பற்றியும் - ஜென் கவிதை பற்றியும் ஆராய முற்பட்டால் புதிய ஒளிகளை நாம் பெற முடியும். ஜென் கவிதை எப்படி இருக்கும்? தனது பண்பாட்டுச் சிறப்புக்கு இடம் கொடுப்பதாய் சுருக்கமானதாய் / நேரடித் தன்மை உடையதாய், ஆற்றல் மிகு வெளிப்பாடுடையதாய் இருக்கும்.

ஜென் ஆசான்மார், மார்க்கக் குறியீட்டுச் சொற்களைப் பயன்படுத்திக் கேட்பவரை கேளச் செய்ய மாட்டார்கள். எளிய ஒரு மானுடனுக்குப் புரியும்படி - நடைமுறை வழக்குச் சொற்களைப் பயன்படுத்தியே எதையும் விளக்க முற்படுவார்கள். எனவே ஜென் இலக்கியம் என்பதே மக்களுக்கு எனத் திரட்டிச் சேமித்து வைக்கப்படும் ஞானச்செல்வம் ஆகிறது. பழக்கத்தில் இல்லாத பண்டிதத்தனமான வழக்குகளைக் கைவிட்ட ஆசான்மார்களின் அருட்கொடை ஜென் இலக்கியம்.

ஜென் நுட்பத்தை அல்லது இயல்பை இலக்கணம் போல் பயில முடியாது. எந்த இலக்கணப்படி மழையை அனுபவிப்பது? மலையை வியப்பது? மலர்களில் மயங்குவது? ஜென் குணம் இருப்பவன் எப்படி ஒன்றை அனுபவிக்கிறான் என்று தெரிந்துகொண்டு அவனை நகல் எடுத்தும் ஒருவன் ஜென் கவிதை எழுதிவிட முடியாது. ஆனாலும் ஜென் கவிதைகளை ஊன்றிப்படிப்பதன் மூலம் ஜென் கவிதையின் நிழலோடு உறவாடுகிற வாய்ப்பைப் பெறலாம். அவ்வளவுதான். வரைந்து பார்த்து அனுபவிப்பதைவிட, நிலவை வானில் பார்த்து அனுப விப்பது, எவ்வளவு உண்மையானது? உயர்வானது? நிலவைப் பற்றிப் பேசுவதை நிறுத்திவிட்டுப் பார்த்துக் கொண்டிருப்ப தல்லவா அனுபவமுத்தி!

> *கவனம்! நிலவொளி தெறிக்கும்*
> *பனித்துளிகள் கூட, பார்க்குமாறு ஆசைகாட்டி இருந்தால்*
> *உண்மைதனை மறைக்கும் சுவர்களே...*

இந்த ஜென் கவிதை பதினெட்டாம் நூற்றாண்டைச் சேர்ந்த சோகியோவால் எழுதப்பட்டது.

இதற்கு முன்னோடியாக ஒரு ஜென் கவிதை.

> *வருவதும் போவதுமாய் அந்த நீர்க்கோழி*
> *சுவடுகள் ஒன்றும் விடவில்லை*

அதற்கொரு வழிகாட்டியும் தேவைப்படவில்லை.

இவ்விரண்டு கவிதைகளையும் மீள மீளப்படித்து ஜென்னில் நீங்கள் நிரம்பலாம்.

அல்லது உங்களில் ஜென் நிரம்பலாம். ஜென் பற்றி எவ்வளவோ நூல்கள் வெளிவந்திருக்கின்றன.

நாம் தமிழ்க் கவிஞர்கள் கவிதைகள் எழுத அவசரப்படுகின்றனர். கற்பதற்குப் பின்வாங்குகின்றனர்.

இன்னும் தெரியவில்லையே என்ற மனப்பான்மையைவிட, நமக்கு இவ்வளவு தெரிந்துவிட்டதே என்கிற மனப்பான்மை மிகுதி. வளர்ச்சிக்கு இதுதான் தடை. தமிழில் ஹைக்கூ வளர்ச்சிக்கு ஹைக்கூ எதிர்ப்பாளர்கள் தடையாய் இருப்பதை விட, ஹைக்கூ கவிஞர்களே மிகுந்த தடையாக இருந்தால் என்ன செய்வது?

ஜென் என்பது ஜப்பானியக் கவிதை நாடகம், ஓவியம் எல்லாவற்றிலும் இருக்கிறது.

ஜப்பானிய அழகியலின் சாரம், பூக்களைத் தொகுப்பதில், தேநீர் விருந்தில், எழுத்தோவியத்தில், சமைத்தெடுக்கும் வடிவங்களில், படிமங்களில் ஹைக்கூ என வாழ்வின் பண்பாட்டு விழுமியமாக ஜென் விளங்குகிறது. இவ்வினாவுக்கு மிகச் சிறிய அளவிலான விடைக் குறிப்பை மட்டுமே இங்குத் தந்துள்ளேன்.

நான் எழுதியுள்ள ஹைக்கூ கவிதைகளில் அங்கங்கு ஜென் தாக்கங்கள் உண்டு.

மூச்சுப்பட்டு அணையுமோ
விளக்கென்று மூச்சை நிறுத்தினேன்
இப்போது நான் விளக்கில்.

திரும்பத் திரும்ப
நிலாஒளி பாறை
திடீரென்று மலர்ந்துவிட்டது.

எல்லாப் பறவைகளும்
போய்விட்டன இன்னும்
தனியாய் மரம்.

இந்தியாவில் ஹைக்கூ

கீழை வாழ்க்கை - இயற்கை மரபுகளிலிருந்து வேறுபட்ட மேற்கத்திய, ஐரோப்பிய மொழிகளிலும் மற்றுள்ள உலக மொழிகளிலும் இன்று ஹைக்கூ பெரிய வரவேற்பை வளர்ச்சியைப் பெற்றுவருவதை நாம் அறிகிறோம். இப்படி ஓர் இலக்கிய / கவிதை வகைமை வேறு எதுவுமே பரவியிருப்பதாக நமக்குத் தெரியவில்லை. வாழ்க்கை மொழி மரபுகளில் ஒற்றுமை அடையாளங்களை, ஜப்பானியத்தோடு கொண்டிருக்கும் தமிழ்மொழியில் அது உறுதியான அசைக்க முடியாத இடத்தைப் பெற்றுவிட்டது.

கடந்த இருபது முப்பது ஆண்டுகளில் தமிழ்க்கவிதை - ஹைக்கூவின் காலமாகவே கொண்டாடிக் கொண்டிருக்கிறது. இந்நிலையில் இந்திய மொழிகளில் ஹைக்கூவின் நிலை என்ன என்பது ஆர்வத்தைத் தூண்டும் ஓர் அறிவு வினாவாக அமைகிறது.

இந்தியாவின் இருபதாம் நூற்றாண்டு, இலக்கிய விடிவெள்ளிகளாக, வடக்கே, இரவீந்திரநாதரையும் தெற்கே பாரதியையும் கண்டு ஒளிபடைத்துக் கொண்டது. இவர்கள் இருவரும் தான் ஹைக்கூவின் அறிமுகத்தை இம்மண்ணுக்கும் மொழிகளுக்கும் நிகழ்த்தினர். மகாகவி பாரதி 1916-ல் ஹொக்கு என்கிற பெயரால் தமிழுக்கு முதல்முதலில் ஹைக்கூவை அறிமுகம் செய்துவைத்தார். ‘‘ஜப்பானிலே பதினெட்டாம் நூற்றாண்டில் பூஸோன் யோஸாஹோ என்ற ஜப்பானியக் கவிராயர் ஒரு ஹொக்குப் பாடியிருக்கிறார். அதன் மொழிபெயர்ப்பு - ‘பருவ மழையின் புழையொலி கேட்பீர் - இங்கென் கிழச் செவிகளே.’

இந்த ஒரு வசனம் ஒரு தனிக்காவியம், பாட்டே இவ்வளவு தான். மேற்படி ஹொக்குப் பாடலைப் படித்துவிட்டுத் திரும்பத் திரும்ப மனனம் செய்ய வேண்டும். படிப்பவனுடைய அனுபவத்துக்குத் தக்கபடி அதிலிருந்து நூறு நூறு வகையான மறை பொருள்கள் தோன்றும்.''

பாரதிதான் ஹைக்கூவை அறிமுகம் செய்து வைத்தார் தமிழுக்கு என்பதோடு சேர்த்து எண்ணத் தக்கவை.

அவர்தான் ஹைக்கூ முதல் மொழி பெயர்ப்பாளர் என்பதும் முதல் திறனாய்வாளர் என்பதும்.

இந்தியாவின் இணையற்ற கவிஞர் இரவீந்திரநாதர் 1916-ல் ஜப்பான் பயணம் மேற்கொண்டிருந்த போது ஹைக்கூவைப் பற்றி அறிந்துகொண்டார். அவரே ஹைக்கூ பாணியில் வங்காள மொழியில் முதல்முதலாக எழுதினார். அவருடைய 'திசையிழந்த பறவைகள் (Stray Bireds) இத்தகைய படைப்புத்தான் அவருடைய 'மின்மினிகள்' (Fire Flies) என்ற நூலும் ஹைக்கூத் தாக்கம் கொண்டதுதான். கல்யாண்தாஸ் குப்தா என்பவர் தான் வங்காள மொழியில் ஜப்பானிய ஹைக்கூ தொகுப்பைச் சிறப்பாகச் செய்து வெளியிட்டார். (Jappan Haiku & A Bengali Anthology of Japaneese Haiku - 2000.) இன்று வங்காள மொழியில் ஹைக்கூ கவிதைகள் பரவலாக எழுதப்பட்டு வருகின்றன. கர்மார்கர், அஜூ முகோபாத்தியாய, நூருள் ஹாசன், முஜிப் மொஹ்தி ஆகியோர் குறிப்பிடத்தக்கவர்கள்.

விடுமுறை நாள் காலை
சாளரத்துக்கு வெளியே
குரல் கொடுக்கிறான் கோழி விற்பவன்.

- காசிநாத் கர்மார்கர்

வைசாகி முதல்
மொறமொறப்பான உன் சேலை நறுமணம்
என் கனவைக் கிளர்கிறது.

- காசிநாத் கர்மார்கர்

மழைப் பொழிவு
மேகங்கள் மொழிபெயர்க்கும்
தண்ணீரின் மொழியில்.

- முஜீப் மொஹ்தி

இந்தி மொழியில் ஹைக்கூவைத் தொடங்கி வைத்தவர் சச்சிதானந்த அரேந்திரா வாத்சியாயன் என்ற பெருங்கவிஞர். இவர் எழுதியுள்ள பல கவிதைகளை நான் படித்திருக்கிறேன். இவருடைய 'நீலாம்புரி' என்றும் ஆங்கில மொழிபெயர்ப்புத் தொகுதியை இப்போதும் கூட நான் எடுத்துப் படிப்பதுண்டு. 1959-ல் ஜப்பானிய ஹைக்கூ கவிதைகளை இந்தியில் மொழி பெயர்த்த தோடு தானே எழுதிய இந்திய ஹைக்கூ கவிதைகளையும் வெளியிட்டார். பேராசிரியர் சத்தியானந்த் மொழிபெயர்ப்புகள் செய்ததோடு ஹைக்கூவுக்குப் பரவலான ஏற்பு நிலையை இந்தி இலக்கிய வட்டாரத்தில் ஏற்படுத்தினார். தமிழில் பேராசிரியர் இராம.குருநாதனும் பேராசிரியர் இரா.மோகனும். இவ்விடத்தில் ஒப்பு நோக்கத் தக்கவர்கள். தமிழ் ஹைக்கூ கவிஞர்களுக்குக் கைகொடுக்கிற மனம் படைத்தவர்கள். இவர்கள் போல் வெகு சிலரே தமிழ்க்கல்வி உலகத்தில் காணப்படுகின்றனர். இந்தியில் ஹைக்கூ 1989 - என்னும் நூலைப் பதிப்பித்தவர் மகலேசு பட்ராம் நிவாஸ் பந்தி. இவர் முயற்சி இந்தியில் ஹைக்கூவை நிலை நிறுத்தியது என்கின்றனர்.

சில இந்தி ஹைக்கூ கவிதைகள் :

கடலோரம்
கரை மணல்கள்
இன்றும் தாகத்தோடு. - சத்தியானந்த்

உயர்ந்த கட்டை மீது
மழை வளர்ந்திருக்கிறது
பச்சைப் பாசி. - இராம்கிஷன்

1990-ல் தமிழில் ஹைக்கூ நிலை பெற்றுவிட்ட நிலை; நல்ல பல ஹைக்கூ தொகுதிகள் வெளிவந்துவிட்ட முதல் கால கட்டம் என்று அதனைச் சொல்லலாம். ஆனால் 1990-ல் தான் தெலுங்கில் கவிஞர்கள் ஹைக்கூ எழுதத் தொடங்கினார்கள்.

நாசர் ரெட்டி என்பவர், முதல் ஹைக்கூ தொகுப்பை வெளியிட்டார். அதற்கு, கஞ்சீவா என்பது பெயர். அதன்பின் பென்னா சிவராமகிருஷ்ணா என்பவர் 1991-ல் ஹைக்கூ நூல் வெளியிட, அவரைத் தொடர்ந்து இஸ்மாயில் தொகுப்புகள் வெளிவந்தன. 2002-ஆம் ஆண்டு அனகாப்பள்ளியில் பிரிதிவிராஜ் - 'இந்திய ஹைக்கூ மன்றம் (Indian Haiku Club)' என்பதை நிறுவினார். இரண்டு அணியினர் ஹைக்கூ தொகுப்புகளை அம்மன்றம்

வெளியிட்டது. இப்போது ஹைக்கூ படைப்பாளர் எண்ணிக்கை அலுங்காமல் குலுங்காமல் தெலுங்கில் வளர்ந்து வருகிறது.

சில எடுத்துக்காட்டுக்கள் :

பூ வேலை செய்த திரை
அதன் மீது அமரும்
ஒரு பட்டாம் பூச்சி.   - நாசர் ரெட்டி

சிறகடித்து என் அறையுள்
நுழையும் சிட்டுக்குருவி
வானத்தைக் கொண்டுவருகிறது. - சூரியப் பிரகாஷ்

மலையாளம் :

கேரளத்தில் 2012-ல் இந்திய ஹைக்கூ கழகம் உருவானது. 'உள்ளங்கையில் ஒரு கடல்' என்கிற மலையாள ஹைக்கூ தொகுப்பை அது வெளியிட்டது. இளங்கவிஞர்கள் - புதிய வடிவங்களை வெளியிட்டனர். கவிதையில் புது முறைகளைத் தேடுகிறவர்கள் ஹைக்கூவில் வந்து சேர்கிறார்கள். எடுத்துக் காட்டுக்கள்.

அறுவடைத் தருணம் நெல்வயலில்
மோகினியாட்டம்
தென்றல் காற்றில்.   - பதுமாதம்பட்டி

இதுவரை நான்
தொலைத்த எல்லா வழிகளும்
உன்னைத் தேடியவையே.   - பொயில் இரா ஜீவன்

இந்தியா முழுமையும் ஹைக்கூ பரவியிருக்கிறது. பரவி வருகிறது என்பதற்காகச் சில வட இந்திய மொழிகளையும் சில தென்னிந்திய மொழிகளையும் நான் எடுத்துக் கொண்டேன். இந்திய மொழிகளில் ஹைக்கூ கவிதைகளை ஒப்பாய்வு முறையில் மதிப்பீடு செய்ய வாய்ப்புகள் இருக்கின்றன.

(திசை எட்டும் - மொழியாக்கக் காலாண்டிதழ்,
அக்டோபர் - டிசம்பர், 2016)

★

கவிப்பேரருவி ஈரோடு தமிழன்பன் பதில்கள்

(கவிஞர் மு.முருகேசு நடத்திய 'இனிய ஹைக்கூ' இதழில் வெளிவந்தவை)

ஹைக்கூ எழுத ஜென் என்பது அவசியமா? ஜென் தத்துவம் பற்றி விளக்குங்களேன்...
● மு.குமரன், பண்ணந்தூர்

ஹைக்கூ எழுத ஜென் தத்துவங்கள் கட்டாயம் இல்லை. ஜென் என்பது ஒரு மத நெறியன்று. வாழ்க்கை முறை, தியானம் என்பதன் திரிந்த வடிவம்தான் 'ஜென்'. ஜென்பவுத்தம் தெரிந்து எழுதப்படும் ஹைக்கூ கவிதைகள் சிறப்பானவை என்பதை எவரும் மறுக்க முடியாது. வரலாற்று அடிப்படையில் இந்திய, சீனப்பண்பாட்டு மரபுகளின் திரட்சியில் உருப்பெற்ற இதற்குக் காலப்போக்கில் சீனத் தன்மையே முத்திரையாகப் பதிந்துவிட்டது. 12-ஆம் நூற்றாண்டிலிருந்து, இது ஜப்பானியப் பண்பாட்டில் ஆழமாகவும், ஆக்கத் தன்மையோடும் வேரூன்றி வளர்ந்து விட்டது. இப்படி இந்திய, சீன, ஜப்பானியப் பண்பாடுகளில் ஊறி மலர்ந்த ஜென், உலகுக்கு ஆசியா செய்த ஒப்பற்ற கொடை எனலாம். ஜென் பற்றிய நூல்களைத் தேடிப் படியுங்கள்.

ஹைக்கூ சிற்றருவியில் அனைவரும் குளிக்க எந்த வழி சொல்லுங்களேன்...?
● அர. வேலுமணி, கொளத்தூர்.

குளிப்பதற்கு வழி குளிப்பதுதான். குளிப்பது பற்றிக் கேட்டுக் கொண்டிருப்பதன்று. அருவிக்கு ஆள்களை விலக்கும் அறிவு கிடையாது.

> தமிழன்பன் அவர்களே... உங்களை ஹைக்கூ எழுதத் தூண்டியது எது?
> ● நா.சரவணன், திருப்பத்தூர்.

ஹைக்கூதான்.

> ஹைக்கூ, லிமரிக், சென்ரியு, லிமரைக்கூ என மேல் நாட்டுக் கவிதை வடிவங்களை மட்டுமே நீங்கள் அறிமுகம் செய்வதால், நம் தமிழ்க் கவிதை வடிவங்கள் அழிந்து போகாதா..?
> ● வை.கணேசன், நா.புதூர்.

வெளியூருக்குப் போய் வருவதால் சொந்த ஊரை விலக்கி வைக்கிறோம் என்று பொருளாகுமா? 'விருந்தே தானும் புதுவது கிளந்தயாப்பின் மேற்றே' என்று தொல்காப்பியர் சொல்லி வைத்திருக்கிறார். நம் கவிதை வடிவங்களை விட்டு நாம் தாண்டிப் போகாத போதே எத்தனையோ கவிதை வடிவங்கள் கைவிடப்பட்டு விட்டன. எந்த வடிவத்தை நாம் பின்பற்றினாலும் நாம் தமிழை வளர்ப்பதை நோக்கமாகக் கொண்டு செயலாற்றினால் பிழையில்லைதீயே!

> கவிஞரே, புதுக்கவிதைக்கும், ஹைக்கூவிற்கும் உள்ள வேற்றுமை, ஒற்றுமைகளைச் சொல்லமுடியுமா?
> ● சு.லலிதா, சேத்துப்பட்டு.

சொற்சுருக்கம், அடைமொழிகள் தவிர்த்தல், படிமப்படுத்துதல் என்பனவெல்லாம் புதுக்கவிதைக்கும் ஹைக்கூவுக்கும் பொருந்தும். புதுக்கவிதையின் வடிவம் ஹைக்கூவில் இல்லை; புதுக்கவிதையின் முழக்கம், போதனை, விவரங்கள், உணர்ச்சி யைச் சுட்டிக் காட்டல் எல்லாம் ஹைக்கூவின் தன்மைக்கு ஒத்துவர மாட்டா. சட்டெனத் தோன்றிச் சட்டெனப் பெய்து தொடர் மின்னல்களை ஏற்படுத்தும் ஹைக்கூ புதுக்கவிதைக்குச் சில தன்மைகளைக் கொடை செய்திருக்கிறது. உங்களிடமிருந்து புதுக்கவிதை வரலாம். ஆனால் ஹைக்கூவில் இருந்து நீங்கள் வரவேண்டும். நீங்கள் மட்டும் போதுமா? நீங்களும் தேவையா? இப்படி ஹைக்கூவின் இயல்பு வரைவிலக்கணத்திற்கு அப்பாற் பட்டது.

> மூன்று வரிகளில் இருக்கும் புதுக்கவிதையையும் ஹைக்கூ வையும் எப்படி வேறுபடுத்திக் காண்பது?
> ● செ. தனஞ்செயன், தருமபுரி.

மூன்றடிகளில் இருக்கும் ஒன்று புதுக்கவிதை அல்லாமலும் இருக்கலாம். ஹைக்கூ அல்லாமலும் இருக்கலாம். உபதேசம் இருக்கிறதா? தொங்கு சதையான சொற்கள் இருக்கின்றனவா? தேவையற்ற இணைப்புச் சொற்கள்- விரிந்த வேற்றுமை உருபுகள், ஆரவாரம் செய்யும் சொற்கோவைகள் இருக்கின்றனவா? சொற்கள் அளவில் மட்டும்தான் பொருள்; ஒற்றைப் பரிமாணத்தைக் கடத்தாத தேய்வு, தேக்கம் இருக்கின்றனவா? இப்படி யெல்லாம் இருந்தால் அது மூன்றடியில் இருந்தாலும் ஹைக்கூ வாகாது? ஏன், புதுக்கவிதைகூட ஆகாமல் போய்விடும்.

தமிழ் ஹைக்கூ காலங்கடந்து நிற்காது என்கிறார்களே சில விமர்சகர்கள். இது சரியா?
● ம.வசந்தி, விழுப்புரம்.

ஜப்பானில் முரோமாச்சி காலம் முதல் (1339 - 1565) இன்றுவரை ஹைக்கூ வாழ்ந்து கொண்டும், வளர்ந்து கொண்டும்தான் இருக்கிறது. நம் உள்ளூர் இலக்கிய ஆரூடக்காரர்கள் என்ன கணிக்கிறார்கள் என்பதைப் பற்றிக் கவலைப்பட ஹைக்கூ கவிஞர்கள் எதற்கு நேரம் ஒதுக்க வேண்டும்?

ஜப்பானிய ஹைக்கூ முதல்வர் பாஷோவின் ஹைக்கூ கவிதைகளில் உங்களுக்குப் பிடித்த கவிதை எது?
● பிரபுசங்கர், மயிலாடுதுறை.

மாரிக்கால முதல் மழை
குரங்கு கூட
ஒரு மழைச் சட்டைக்குக் கெஞ்சும் போல...

பாஷோவின் இந்தக் ஹைக்கூ அவர் காலத்திலேயே பாராட்டப் பட்டு, ஒரு தொகுதியில் சேர்க்கப்பட்டதோடு - அத்தொகுதிக்குத் தலைப்பையும் தந்திருக்கிறது.

பாஷோவின் பழைய வீடு இருந்த பாதையில் அமைந்த மலையொன்றில் அவரால் இயற்றப்பட்டது. மாரியின் தொடக்கம், இடைவிடாத மழை, பாஷோவும் அவருடைய மாணவர்களும் கடும் மழையின் ஊடாக நடந்து மலைப் பாதையைக் கடந்து கொண்டிருந்தனர்.

ஒரு மரக்கிளையிலோ, பாறையிலோ, அந்த மழையில் அப்படியே தொப்பையாய் முழுக்க நனைந்தபடி என்ன செய்வ

தென்று தெரியாது நடுங்கிக் கொண்டிருந்த ஒரு குரங்கு அவர்கள் பார்வையில் பட்டது. பாஷோவும் அவருடைய மாணவர்களும் மழையால் பாதித்து விடாதபடி மழைச் சட்டை போட்டுக் கொண்டிருந்தனர். அந்தக் குரங்கு தனக்கும் வைக்கோலால் ஆன ஒரு மழைச் சட்டை கிடைக்காதா என்று தவித்துக் கொண்டிருப்பதாகத் தெரிகிறது அவர்களுக்கு. மயிலுக்குப் போர்வை அளித்த நம் தமிழ் நாட்டுப் பேகனை என் மனத்திற்கு இந்தக் கவிதை கொண்டு வருவதோடு, மழையில் நனைந்தபடி குறுகி ஒரு மலைப் பாறையில் உட்கார்ந்திருக்கும் அந்தக் குரங்கையும் படமாய்ப் பதிவாக்கி வைக்கிறது. மழை நிற்க வேண்டும். இல்லாவிட்டால் பாஷோ நம் பேகனிடமாவது சொல்லி, ஒரு போர்வை வாங்கி அந்தக் குரங்குக்குத் தர வேண்டும். பாஷோவின் உயிர் இரக்கத்தில் நனைந்து ஈரமாய்க் குளிர்ந்திருக்கிறது இந்த ஹைக்கூ.

முரண், விடுகதை உத்திகளுக்கு ஹைக்கூ கவிதையில் இடமுண்டா? ● தனசேகரன், ஆரணி.

முரண், விடுகதை உத்திகளுக்கு, ஜப்பானிய ஹைக்கூவில் இடம் உண்டு. ஆனால் உத்திகளைக் கைவசம் வைத்துக்கொண்டு யாரும் ஹைக்கூ உற்பத்தி செய்ய மாட்டார்கள். நம்மில் பலருக்கு உத்திகள் வசமான அளவு ஹைக்கூ வசப்படவில்லை.

வில்லியம் ஜெ.ஹிக்கின்சன் எழுதிய 'The Haiku Hand Book' எங்கு கிடைக்கும்? ● மு.குமரன், பண்ந்தூர்.

The Haiku Hand Book
By William J. Higginson

இப்புத்தகத்தைக் கணினி வலைத்தளம் வழியாகக் கூட விலைக்கு வாங்க முடியும்.

amazon.com மூலம் பெறலாமே! நம் ஊர்க் கடைகளிலும் தேடிப் பார்க்கலாம்.

நீங்கள் எழுதிய ஹைக்கூ கவிதைகளில் தங்களுக்கு மிகவும் பிடித்த ஹைக்கூ எது? ● கே.ராம்குமார், மானாமதுரை

எனக்குப் பிடித்த என் ஹைக்கூவை நான் தேர்ந்தெடுப்பது எளிமையான வேலையில்லை. எனக்குப் பிடிக்காததை நான் ஏன்

எழுதினேன் என்று வினா முளைத்து - அதற்கும் நான் விடை தேடிக் கண்டுபிடிக்க வேண்டும். என் ஹைக்கூ கவிதைகளில் உங்களுக்குப் பிடித்தமானதைக் கண்டுபிடித்துக் காரணங்களோடு விளக்கினால் அது எனக்கும் பயன்படும். உங்களைப்போல் உள்ளமற்ற ஹைக்கூ காதலர்களுக்கும் பயன்படும் என்றாலும் நீங்கள் கேட்டுவிட்டீர்கள். பதில் சொல்லியாக வேண்டும். ஒரு ஹைக்கூவைக் குறிப்பிடுவேன். அதை மிகவும் பிடித்தது என்று நான் கருத எது காரணமாக இருக்கும் என்பதை நீங்கள் ஆராய்ந்து கொள்ளுங்கள்.

போகிற வண்டிகளைப்
பொழுதுபோக்காய் எண்ணி...
போய்விட்டது எனது வண்டியும்.

ஜப்பானிய 'ஹைக்கூ நால்வர்கள்' பற்றிச் சொல்லுங் களேன்..!

● செல்வகுமார், புதுச்சேரி.

1. மட்சுவோ பாஷோ (1644-1694)

நாற்பத்தொன்பது ஆண்டுகள் வாழ்ந்த பாஷோதான் ஜப்பானிய மொழியில் ஹைக்கூவையும் இணைப்புக் கவிதைகளையும் மறுபடைப்புச் செய்தவர். முன்பு காணப்படாத ஆற்றலையும் தீவிரத்தன்மையையும் அவற்றுக்குக் கொடுத்தவர். தம்முடைய முப்பதாவது வயதில் ஹைகாய் (ஹைக்கூ) அத்துப்படியாகி, கவிதை ஆசானாய்த் தொழில் முறையில் ஈடுபட்டவர். சீனக் கவிதைகள், தாவோயிசம், ஜென் எல்லாம் கற்றுத் தேர்ந்த அவர் ஜென் தியானத்திலும் ஈடுபட்டவர். நிறைய பயணம் செய்தவர். பயணங்களை உரைநடையிலும் கவிதையிலும் பதிவு செய்தவர். தம் வாழ்வின் கடைசி ஒன்பது ஆண்டுகள் அவர் ஹைகாவை மறுபடைப்புச் செய்து, மானுடப் பண்பாட்டு மரபின் வளமான தன்னுணர்ச்சிக் கவிதையாக மாற்றினார். உலகின் மாபெரும் தன்னுணர்ச்சிக் கவிஞர்களில் ஒருவராகத் தம்மையும் உயர்த்திக் கொண்டார். ஹைகா கற்பிக்கும் ஆசானுக்கு ஜப்பானிய மொழியில் ஹைகாய்ஷி என்று பெயர். பாஷோ என்றால், வாழை மரம் என்று பொருள். நகரச் சந்தடியில்லாத அமைதி தவழும் இடத்திற்கு பாஷோ குடி பெயர்ந்தபோது, ஒரு வாழைக்கன்றை அவருடைய மாணவர் ஒருவர் தமது அன்புப்பரிசாக அங்குக்

கொண்டு வந்து நட்டு வைத்தார். பாஷோவுக்குப் பெருமகிழ்ச்சி. மற்ற மரம் செடிகொடிகளின் இலைகளை விட, அகன்ற நீண்ட பெரிய வாழை இலையோடு கூடிய வாழை மரம் பாஷோவிற்குப் புனைபெயராயிற்று. ஆம்! வாழையடி வாழையாக ஹைக்கூ கவிஞர்கள் இங்கிருந்துதான் தொடர்ந்தார்கள்.

2. யோசாபூசன் (1716- 1783)

பூசன் - கெமா என்ற சிற்றூரில் மணியக்காரர் ஒருவரின் மகனாகத் தோன்றியவர். வசதியான குடும்பம். ஊரார் மதிப்பும் உயர்ந்திருந்தது. ஆனால் பூசனின் இருபதாவது வயதுக்குள்ளேயே பெற்றோர்களை இழந்ததால் குடும்பச் சொத்து மளமளவென்று கரைந்து போய்விட்டது. பூசனுக்கோ படிப்பதில், படம் வரைவதில் இருந்த ஆர்வம் பணம் ஈட்டுவதில் இல்லை. எனவே வறுமையின் வளர்ப்பு மகனாகி கனவு, கலையார்வம், இலக்கிய ஆர்வம் எல்லாம் உந்தித் தள்ளிவிட இருபதாவது வயதில் ஊரைவிட்டு வெளியேறினார்.

பூசனின் படம் வரையும் திறமைதான் அவருக்குக் கஞ்சிக்கு வழி செய்தது. வண்ணங்களோடு மனம் நெகிழும் தன்மை கொண்டவை என்றே அவருடைய ஹைக்கூப் படைப்பு களையும் கருதலாம்.

பாஷோ தேடலில் ஈடுபட்ட ஒரு ஞானி. பூசன் ஒரு கலைஞர். பாஷோ தன் வயநிலைக் கவிஞர், பூசன் புறவயநிலைக் கலைஞர். பாஷோ தபோவனப் படைப்பாளி. பூசன் உலகியல் ஓவியர். பூசன் இறந்த பிறகு, அவருடைய ஓவியங்களை மக்கள் நினைவுகளில் அதிக அளவில் அவரைத் தீட்டி வைத்தன. பத்தொன்பதாவது நூற்றாண்டு இறுதிவாக்கில் தலைசிறந்த நவீன ஹைக்கூ கவிஞரான ஷிகி ஹைக்கூவைப் புதுமைப்படுத்தியதோடு, பூசன் பற்றியும் கட்டுரைகளும் எழுதினார். ஹைக்கூ வடிவ நேர்த்தியை நிறுவியவரில் மிக முக்கியமானவர் பூசன்.

மேலும் நாடகக் கலையில் ஈடுபட்டு அரங்கங்களில் காட்சியளித்த பூசன், பாஷோவைப் போல ஜென் மடாலயங்களில் தங்கி தலையை மொட்டை போட்டுக்கொண்டு, துறவிக் கோலத்தில் வாழ்ந்ததும் உண்டு.

3. இசா (1763 - 1827)

'இசா' என்றால் 'ஒரு வேளை தேநீர்' அல்லது 'ஒரு குவளைத் தேநீரில் வெளிப்படும் ஒரு குமிழி அல்லது குமிழிகள்' என்று பொருள். வாழ்க்கை என்பது சட்டென்று உடைந்து போய்விடும் ஒரு குமிழிதான் என்று கண்டு, அதனைத் தனக்குப் புனை பெயராக்கிக் கொண்ட இவருடைய இயற்பெயர் யடாரோ என்பது. கவிதை ஆர்வமுள்ள தந்தையைப் பெற்றிருந்தும், தன் மூன்றாவது வயதிலேயே தாயை இழந்து சிற்றன்னையின்பால் கொடுமைகளை அனுபவித்து வாழ்வில் மிகவும் நைந்துபோன ஹைக்கூ மகாகவி இசா.

தந்தையோ தன் இளைய தாரத்தின் பிடியில் கட்டுண்டு கிடந்தார். மகனை அவன் அனுபவிக்கும் துயரங்களிலிருந்து மீட்க முடியாமல் தவித்தார்.

இசாவின் இளம்பருவத்தில் அவரை ஆதரவற்ற அநாதை என்று விளையாட்டுப் பருவத்து இளைஞர்கள் மனம் நோகக் கிண்டல் செய்தனர். எங்கிருந்தாலும் அநாதை எவனென்று உடனே தெரிந்துகொள்ளலாம். வாயில் கதவருகே விரல் நகம் கடித்துக் கொண்டிருப்பான் என்று 'தேகமி இமோன்' என்ற உடல் பருத்த பையன் பாட, மற்ற விளையாட்டுத் தோழர்களும் சேர்ந்து பாடி இசாவை நோகடித்ததுண்டு.

இந்தச் சூழ்நிலையில்தான்,

'பெற்றோரில்லாச் சிட்டுக்குருவிகளே
என்னோடு விளையாட இங்கு வாருங்கள்'

என்று அவருள்ளத்தில் கவிதை கசிந்து கருணை மல்க வெளிப்பட்டது. 'அநாதைச் சிட்டுக் குருவிகள்' பற்றிய இக்கவிதையைக் கேள்விப்பட்ட அவ்வூரில் பள்ளிக்கூடம் நடத்திவந்த - ஹைக்கூ எழுதவல்லவராக விளங்கிய ஷிம்போ என்பவர் தனது பள்ளியில் இசாவைச் சேர்த்து படிக்கவும், எழுதவும் கற்றுக் கொடுத்தார். சிறுசிறு உயிரினங்கள் மீது இசாவுக்கு ஏற்பட்ட பரிவு, பாசம், அவற்றைப் பற்றிய கூர்ந்த பார்வை, தேர்ச்சி காரணமாக 'குட்டி விட்மன்' அல்லது 'குட்டி நெருடா' என்று அவரை வருணிப்பதுண்டு.

4. ஷிகி (1867 - 1902)

அரசாங்க ஊழியம் செய்யும் குடும்பத்தில் பிறந்தவர். எனவே இளம் பருவப் படிப்பெல்லாம் செவ்வியல் சீன மொழியாகவே இருந்தது. சீன வரலாறு, தத்துவம், கவிதையெல்லாம் கற்பதற்காகச் சீன மொழி அறிஞர்களிடம் சேர்க்கப்பட்ட இவர், பிறகு டோக்கியோ பல்கலைக்கழகத்தில் சேர்ந்து பயின்றார். ஆனால் படிப்பை முடித்துப் பட்டம் வாங்கும் முன்பே எழுத்துத் துறையில் இறங்கிவிட்டார். பாரதியைப் போல குறுகிய காலம் வாழ்ந்தவர் ஷிகி. எலும்புருக்கி நோயால் இரத்தம் கக்கி இறந்தபோது அவருடைய வயது 35. ஆனால் ஹைக்கூவைப் புதுயுகத்தில் பொன்னொளிர் வாயிலுக்கு அழைத்து வந்து நிறுத்திய பெருமைக்குரிய கவிஞர் இவர். ஹைகாய் - நொ - ரங்கா என்னும் இணைப்புக் கவிதையின் முதற்பகுதியிலிருந்த ஹொக்குவைத் தனி நிலைக்குரியதாக விடுவித்து அதற்குரிய பெயராக ஹைக்கூவை நிறுவிய சிறப்பு ஷிகிக்கே உண்டு. இதழ்களில் எழுதி வந்ததோடு சீன ஜப்பான் போரின்போது செய்தியாளராகவும் பணியாற்றியிருக்கிறார். சிறந்த கதை ஆசிரியர், திறனாய்வாளர், தொகுப்பாளர் என்று பல்வேறு பரிமாணங்களை உடைய ஷிகி ஹைக்கூவைப் பற்றிய புதுயுகத்தில் வளர்த்தவர் மட்டுமில்லை, ஜப்பானிய தன்கா கவிதை வகையையும் மேம்படுத்தியவர். இருபத்தாறாவது வயதில் நிப்பான் இதழின் ஆசிரியர் குழுவில் சேர்ந்து, அதன் ஹைக்கூப் பகுதிப் பொறுப்பாளரானபோது இடைவிடாமல் ஹைக்கூ பற்றி எழுதி, அதன் சீர்திருத்தத்தை வற்புறுத்தி உருவாக்கினார். அதன் பிறகு 'குட்டி நிப்பான்' என்ற குடும்ப ஏடு தொடங்கப்பட்டபோது அதன் முதன்மை ஆசிரியராகவும் ஷிகி பொறுப்பேற்றார். ஷிகி என்பதும் புனைபெயர்தான். குயில் என்ற பொருள். ஓயாத தலைவலியால் தொல்லைப்பட்ட ஷிகிக்குப் பள்ளித் தேர்வுகள் நெருங்கும்போது அதிகமான அளவில் அவரை வலி வாட்டி எடுத்தது. அப்படித் தலைநோவு வந்து இரத்தம் கக்கிய இரவில் தான் இந்தப் புனைபெயரைத் தனக்குச் சூட்டிக் கொண்டார். ஜப்பானில் குயில் அழும்போது இரத்தம் கக்கும் என்று நம்புகிற மரபு உண்டு. இந்த பாட்டுக்குயில்எலும்புருக்கி நோயால் இரத்தம் கக்கிச் செத்தது - ஷிகி என்ற தன் பெயரை ஹைக்கூவின் புது வாழ்வுக்குப் பெயராகப் புனைந்துவிட்டு.

ஹைக்கூ நால்வர் பற்றியும் அவர்கள் படைப்புகள் பற்றியும் புதுச்சேரியில் புத்தகங்கள் உண்டா? தேடிப் பாருங்கள் செல்வ குமார், கிடைத்தால் எனக்கும் அனுப்பி வையுங்கள்.

ஜப்பானிய ஹைக்கூ கவிதைகள் ஆறேழு வரிகளிலும்கூட எழுதப்பட்டதாகச் சொல்லப்படுகிறதே... இது உண்மையா?
● மாரி முருகன், கோவில்பட்டி.

வரிகளை மாற்றி மாற்றி எழுதுகிற வழக்கம் இருந்திருக்கிறது. மூன்று அடிகள் என்பதே பொதுவிதி. குறள் வெண்பாவை ஆறு வரிகளில் எழுத முடியுமா?

ஒலியின் காலக்குறியீடுகளான 5, 7, 5 என்கிற அமைப்பை ஒரு வரியிலேயே அமைப்பது; மூன்று அடிகளில் அமைப்பது; 5, 7, 5 என்ற அமைப்பிலேயோ மாற்றியோ வடிவமைப்பது; மேற்குறிப்பிட்ட அசைகளை ஒரே செங்குத்துக் கோட்டில் எழுதுவது; பதினேழு அசைகளுக்குக் குறைவான அளவில் குறுகிய நெடிய குறுகிய அடிகளில் எழுதுவது; அவற்றையே செங்குத்துக் கோட்டில் குறுகிய நெடிய குறுகிய வரிகளில் வார்ப்பது இப்படி எல்லாம் பல முறைகள் கையாளப்பட்டிருக்கின்றன. ஆனால் ஜப்பானியம் அல்லது பிற மொழிகளில் 5, 7, 5 என்கிற அசை அளவுகளைக் கையாள்வது இயலாது. அவசியமில்லை என்கிற கருத்தில் மூன்று அடிகளில் ஹைக்கூத் தன்மையோடு எழுதுவது என்பதுதான் உலகெங்கும் பொதுவான ஹைக்கூ போக்காக உள்ளது.

5-7-5 அசைகளையுடைய ஹைக்கூ கவிதைகளைத் தமிழில் எழுத முடியாதா? யாராவது எழுதி இருக்கிறார்களா?
● வினோத் - ரஞ்சித், செய்யாறு.

ஜப்பானில் சொல்லப்படுகிற அந்த மொழியின் அசைகளுக்கும், நம்முடைய தமிழ் நேர் - நிரை அசைகளுக்கும் தொடர்பு இல்லை. இவற்றை ஒன்றாக எண்ணவும், கைக்கொள்ளவும் முடியாது. தமிழ் அசைகளைப் பயன்படுத்தி 5 - 7 - 5 கணக்கு முறையில் அமுதோன் எழுதியிருக்கிறார்.

புதியதாக ஹைக்கூ எழுத முயலும் ஒருவர் அவசியம் படிக்க வேண்டிய அடிப்படை நூலாகத் தாங்கள் குறிப்பிட விரும்பும் நூல் எது, அது எங்கு கிடைக்கும்?
● மு.குமரன், பண்ணந்தூர்.

டாக்டர் தி.லீலாவதி எழுதியுள்ள 'இதுதான் ஹைக்கூ', டாக்டர் நிர்மலா சுரேஷின் முனைவர் பட்ட ஹைக்கூ ஆய்வு நூல், தமிழன்பனின் 'சூரியப் பிறைகள்', தமிழ்நாடன், நெல்லை சு.முத்து, சுஜாதா ஆகியோர் எழுதிய நூல்கள் மாவட்ட மையக் கிளை நூலகங்களில் கிடைக்கக்கூடும். விற்பனைக்குக் கிடைக்குமா என்பதை நீங்கள்தான் முயன்று பார்க்க வேண்டும்.

ஹைக்கூ, சென்ரியு, லிமரைக்கூ இவை மூன்றிற்கும் சிறந்த உதாரணமாக மூன்று கவிதைகளைக் கூறுங்களேன்!

● சு.இரவிச்சந்திரன், திருப்பூர்.

கடைசிநேரக் கையசைப்பு
பிரிவின் தூரத்தில்
புள்ளியாய் நான்.

மனத்தில் காட்சியை அப்படியே படிமமாய் நிறுத்தி - இடையில் ஏற்பட்ட தூரத்தின் ஆற்றல் ஒருவரைப் புள்ளியாய்ச் சுருக்கி விடுகிற உண்மையைக் காட்டி- பிரிவில் பிரியாத அன்பின் ஆழத்தை நுட்பமாக வெளிப்படுத்தி - ஒரு நல்ல ஹைக்கூக்கு உரிய இலக்கணமாக வினைச் சொற்களைத் தவிர்த்துள்ளது இந்த ஹைக்கூ. அண்மையில் வெளிவந்துள்ள 'உதிர நிறப் பொட்டு' என்னும் தொகுப்பில் உள்ளது.

வருமுன் காப்பு
காகம் கரைகிறது
எடு பூட்டை.

இது ' ஏழைதாசன் - ஐக்கூ 200' தொகுப்பில் இடம் பெற்றுள்ள செதுக்கலான ஒரு சென்ரியு. தமிழர் பண்பாட்டு மரபு வழிக்குள் நின்று விருந்து வரக் கரையும் காக்கைக்கு இடம் தந்துள்ள இதனுள், இக்கால வாழ்வின் எதார்த்தமான குடும்பத்தில் உள்ள பண நெருக்கடி பதிவாகி - விருந்து 'வரும் முன்பே வீட்டைப் பூட்டி விட்டு ஓடும் எச்சரிக்கைத்தனத்தை வரும் முன் காப்பு' என்று அங்கதம் வெளிப்பட வெளிப்படுத்தியுள்ளது. 'எடு பூட்டை' என்பதில் உள்ள அவசரம் 'விருந்தோம்பல்' என்னும் விழுமியத்தை விரட்டி ஒரு கலவரத்தை ஏற்படுத்தியுள்ளது. இதை எழுதியவர் செல்வி த. மஞ்சு, போயம்பாளையம், திருப்பூர்.

தமிழில் 'லிமரைக்கூ' முயற்சிகள் இனிமேல்தான் 'சென்னி மலைக் கிளியோப்பாத்ராக்களை' அடுத்து வளர வேண்டும்.

''மொழி வளமும், சிந்தனைப் புதுமையும் இலக்கணத் தேர்ச்சியும் இல்லாத யாரும் லிமரைக்கூ எழுதிவிட முடியாது என்பது இதன் சிறப்பு.ஈரோடு தமிழன்பன் ஒரு கவிதை வடிவத்தை உலகுக்கு அறிமுகம் செய்து, தமிழ்க் கவிஞர்களை மொழிக்குள் உழைக்க வைக்கிறார். இலக்கணத் தேர்ச்சி பெற நிர்ப்பந்திக்கிறார். இது ஓர் ஆரோக்கியமான தமிழிலக்கிய வளர்ச்சிக்கு வித்திடும்'' என்று அன்னபாக்கியன் செம்மலர் பிப்ரவரி - 2004 இதழில் 'சென்னிமலைக் கிளியோப்பாத்ராக்களுக்கு' எழுதிய மதிப் புரையை லிமரைக்கூ எழுத முற்படுபவர்கள் படித்து உணர்வது நல்லது.

வானம்பாடிக்குப் பிறகு தமிழில் கவிதை இயக்கமாக இருப்பது ஹைக்கூ கவிதை இயக்கம்தான் என்று கவிக்கோ அப்துல் ரகுமான் கூறுகிறார். இது சரியா?

● மு.முகமதுபாட்சா, வாணியம்பாடி.

கவிஞர் அப்துல் ரகுமான் சொன்னது ஓரளவு உண்மையே. ஆனால் வானம்பாடிக் கவிதை இயக்கத்திற்கு இருந்த மெய்யியல் தளம் - ஹைக்கூவிற்கு - தமிழைப் பொறுத்தவரையில் இல்லை. ஹைக்கூவை ஒரு கலைத்தன்மை மிக்க கவிதை வடிவமாக - வடிவமாகக் கூட இல்லை, ஒரு வகைமையாக வளர்த்தெடுப்பதே தமிழக ஹைக்கூ கவிஞர்களின் பொறுப்பாக உள்ளது. வானம்பாடிக்கு இருந்த கருத்தியல் அடிப்படைப் பரிமாணம் - கவிதையின் சமுதாய இயக்கமாகத் தோற்றம் கொண்டது. ஹைக்கூவிற்கு அப்படி இல்லை. அது தேவையும் இல்லை. புதுக் கவிதை இயக்கத்திற்குப் பின், அதன் தொடர்ச்சியாகவும், நவீன கவிதைக்கு முந்தியதாகவும் ஹைக்கூ இயக்கம் உள்ளது என்பதே பொருத்தமாக இருக்க முடியும்.

தற்போதைய தமிழ் ஹைக்கூவின் போக்கு உங்களுக்கு நிறைவளிக்கிறதா?

● தேசிங்கன், செஞ்சி.

நிறைவளிக்கும் என்கிற நம்பிக்கையை ஏற்படுத்தியிருப்பதே 'தமிழ் ஹைக்கூவின் வளர்ச்சி' என்று கருதலாமே..!

ஹைக்கூ கவிதையில் விடுகதை உத்திக்கு இடமுண்டா?

● வி.சி. சேகரன், அரியலூர்.

விடுகதை உத்தி சென்ரியுவுக்குத் தான் அதிகம் பொருந்தும். மூன்றாம் அடியில் அதிர்ச்சி - திருப்பம் - என்றெல்லாம் ஹைக்கூவில் எதிர்பார்க்கப்படுவது - அதை வெறும் விடுகதை ஆக்கி விடுவதற்காக அல்ல.

சமீபத்திய வாசிப்பில் உங்களை மிகவும் கவர்ந்த ஹைக்கூ எது?
● ரம்யாதேவி, ஏழாயிரம்பண்ணை.

அமெரிக்காவில் நியூஜெர்சியில் கேம்டன் என்கிற இடத்தில் ஹைக்கூ தலைமையகம் இருந்தது. அதனை அங்கேயே நிறுவியவர் நிக் விர்ஜீலியோ என்ற ஹைக்கூ கவிஞர். இந்த கேம்டன் என்னும் இடத்தில்தான் உலகப் புகழ்பெற்ற கவிஞர் வால்ட் விட்மன் வாழ்ந்து முடித்தார். நிக் விர்ஜீலியோவுக்கு வால்ட் விட்மன் கவிதைகளில் எடுத்தெறிய முடியாத ஈடுபாடு இருந்தது. அடிக்கடி - விர்ஜீலியோ உதடுகளில் விட்மனின் கவிதை வரிகள் உற்சவம் நடத்தும். விர்ஜீலியோ வாழ்க்கை எல்லையைத் தாண்டிப் போனபோது விட்மன் கல்லறைக்குப் பக்கத்திலேயே தனக்கு ஓர் இடம் பெற்றுக் கொண்டார்.

விர்ஜீலியோ கல்லறை உச்சியில் அவர் எழுதிய புகழ் வாய்ந்த ஹைக்கூ செதுக்கப்பட்டுள்ளது. அல்லிமலர் பற்றியது இது.

> Lily
> out of the water
> out of itself

மிக நுட்பமான இந்த ஹைக்கூ தண்ணீரையும் அல்லியையும் மட்டுமா சொல்கிறது? 'தனக்கு வெளியே' என்பதில் உள்ள 'அப்பாலைத் தத்துவம்' வியக்கத்தக்கது.

ஜப்பானிய ஹைக்கூ கவிதைகள் ஏழேழு வரிகள்கூட இருப்பதாகச் சொல்கிறார்கள். அப்படியிருக்க தமிழ் ஹைக்கூ மட்டும் மூன்றுவரி என்பது சரியா?
● கவிப்பிரியன், சத்தியமங்கலம்.

'ஏழு வரிகள் கூட' என்று சொல்வதன் மூலம் எல்லை மீறல்களை ஹைக்கூவில் ஜப்பானியர்கள் நிகழ்த்தியிருப்பதாக வைத்துக்கொண்டே, இக்கேள்விக்கு விடை காணலாம். நம் தமிழ் மொழியில், குறள் வெண்பா, சிந்தியல் வெண்பா,

ஈரோடு தமிழன்பன்

பஃறொடை வெண்பா என்றெல்லாம் காணப்படுவதைக் கூட, வெண்பாவில் ஏற்பட்ட சிறப்பான வளர்ச்சி என்று சொல்லலாம். அவ்வப்போது கவிஞர்கள் நிகழ்த்திய மீறல்கள் என்றும் கூறலாம். மொழியில் காணப்படும் 'இயங்கியல்' என்று இதனை ஒப்புக் கொள்ள வேண்டும். ஜப்பானிய ஹைக்கூவில் மூன்றடிப்பா என்று ஒரு நியதிக்கு, மாறாத வகையில் உட்பட்டுத்தான் வளர்ந்து வந்திருக்கிறது என்ற போதிலும், வழக்கமான வடிவ எல்லையை அது மாற்றிக் கொள்ளவும்தான் செய்திருக்கிறது.

'கென்னத் யசுதா' என்பாரின் 'ஜப்பானிய ஹைக்கூ' என்கிற முனைவர் பட்ட ஆய்வு ஏடு இது பற்றிய கருத்துகளைத் தெரிவிக்கிறது. இவ்வடிவ மாற்றத்திற்குக் காரணங்கள் சிலவற்றைக் கென்னத் யசுதா குறிப்பிடுகையில், முக்கியமாக ஒரு கவிஞன் தன் புலன் உணர்வை, அகக் காட்சியை அவற்றிற்குரிய வடிவம் அல்லாத ஒரு வடிவத்தில் திணிக்க மறுக்கிறபோது அந்த முந்தைய வடிவம் கைவிடப்படுகிறது' என்று கூறுகிறார்.

ஓட்சுஜி, 'நம் உணர்வை நேரடியாக வெளிப்படுத்த முயலும் போது அதற்கு எத்தனை அசைகள் தேவைப்படும் என்பதை முன்கூட்டியே தெரிந்துகொள்ள முடியாது' என்றும், 'ஒவ்வொரு கவிஞனுக்கும் ஒவ்வொரு வகை வெளிப்பாட்டு முறை இருக்கும்; பண்பு இருக்கும்; எனவே வரிகளைப் பகுப்பது அவனது விருப்பத்திற்கு விடப்பட வேண்டும்' என்றும் கூறுவார். பாஷோ கூட 'கவிஞன் விரும்பும் கவிதைத் தாக்கம் அசைகளின் எண்ணிக்கையில் இல்லை' என்பான்.

ஹைக்கூவில் புதுச் செல்நெறி (New Trend School) ஹிகிகோடோ (Hekigodo) தலைமையில் ஜப்பானிய மொழியில் முகம் காட்டிய போது, 3, 7, 5 என்கிற அசை அமைப்பு மூன்று வரிகளின் அதிர்வுகள் ஏற்பட்டன. ஹைக்கூவில் வரி எல்லையும் மாறியது. 5, 5, 3, 5 என்று அசை அமைப்புக்கொண்ட நான்கு வரி ஹைக்கூ அரும்பியது. இவ்வடிவ மாறுதலில் ஹைக்கூவில் உட்பொதிவு மையங்களிலும் மாற்றம் நிகழ்ந்தது.

ஹைக்கூவிற்குள் ஹைக்கூ கதைகள் உருவாக்குவது நல்ல முயற்சி தானே..? • இரா.பால்பாண்டி, பெரியமல்லனம்பட்டி.

ஹைக்கூ என்பது முதலும் முடிவுமாய் ஹைக்கூவாய்

இருக்க வேண்டும். ஹைக்கூவைக் கரைத்துக் குடித்து ஏப்பம் விடும்படியான கதை நமக்கு எதற்கு? பால்பாண்டியை நான் கேட்கிறேன்; 'கிரிக்கெட்டுக்குள் கைப்பந்தாட்டத்தை உருவாக்குவது நல்ல முயற்சியா?' நல்ல ஹைக்கூவை எழுதுங்கள். அதற்குள் வாசகனுக்கு அவன் தேடிப் பிடிக்கக் கதை இருந்தால் இருந்துவிட்டுப் போகட்டும். அவனும் கதையைக் கண்டு பிடித்துக் கொண்டாடினால் அங்கும் ஹைக்கூவில் தோல்வியே மிஞ்சும்.

இந்திய மொழிகளிலேயே தமிழில் மட்டும்தான் அதிகமாக ஹைக்கூ கவிதைகள் எழுதப்படுவதாகவும், அதிக நூல்கள் வெளிவருவதாகவும் சொல்கிறார்களே... இது உண்மை தானா?

● வசந்திராஜன், திருநாகேஸ்வரம்.

உண்மைதான். இந்திய மொழிகள் பலவற்றுள்ளும் ஹைக்கூ முயற்சிகள் இருந்தபோதும், தமிழில் உள்ள அளவு நூல்கள் வெளிவரவில்லை. தமிழில் ஹைக்கூ அதிகமாகவும் வளர்கிறது; அவசரமாகவும் வளர்கிறது. 1999-இல் சென்னையில் 'ஆசியவியல் நிறுவனம்' ஹைக்கூவுக்காக ஒரு தேசியக் கருத்தரங்கம் நடத்தியது.

மூன்று நாட்கள் நடைபெற்ற அக்கருத்தரங்கில், மலையாளம், தெலுங்கு, கன்னடம், இந்தி, குஜராத்தி, ஒரியா, பஞ்சாபி, வங்காளம் எனத் தமிழ் தவிர மற்ற மொழிகளிலும் ஹைக்கூவின் இன்றைய வளர்ச்சி பற்றிய மதிப்பீடுகள் வெளிப்பட்டன.

ஹைக்கூ கவிதைக்கென்று இணைய தளங்கள் உள்ளதாகச் சொல்கிறார்களே... நீங்கள் பார்த்து ரசித்த இணைய தளம் ஏதுமுண்டா?

● மாரிச்செல்வன், கோவில்பட்டி.

கணிப்பொறியில் Google தளத்தில் தாழ்திறந்து ஹைக்கூ, சென்ரியு கவிதைகள் தரிசனம் பெறலாம். கவிஞர்கள் பெயர்களைக் கொண்டும் - கவிதை வகைப் பெயர்கள் கொண்டும் - நிறைய நிறையக் கலந்துகொள்ள வாய்ப்பு உண்டு. MSOWORLD.COM என்னும் வலைத்தளத்தில் சென்ரியு பற்றிய ஏராளமான தகவல்கள் கிடைக்கும்.

உள்ளத்து உணர்வுகளைச் சொல்வதற்கு ஹைக்கூ வடிவம் போதவில்லை என்பது என் கருத்து. இதை நீங்கள் ஏற்கிறீர்களா?

● ஆ. சக்திவேல், வழுவூர்.

மிக ஆழமான, நுட்பமான, கருத்துக்களை எல்லாம், சொல்வதற்குத் திருவள்ளுவருக்கு ஒன்றே முக்காலடி போதுமானதாக இருந்தது; மெல்லிய காதல் உணர்வுகளின் பன்முக பரிமாணங்களையும், 'ஒன்றே முக்கால் அடியில் திருக்குறளில் காட்ட வள்ளுவரால் முடிந்திருந்திருக்கிறது. பருத்த, பெருத்த யானையைக் கூட ஒரு சிறிய காகிதத்தில் வரைகிறோம். யானை அளவுக்குக் காகிதம் தேவைப்படுவதில்லையே சக்திவேல். அதே காகிதத்தில் ஒரு கொசுவை, அல்லது ஒரு எறும்பை அவற்றின் வடிவத்தின் அளவில் இல்லாமல் பெரியதாக வரைந்து விடுகிறோமா இல்லையா? எதையும் சொல்வதோ - விளக்குவதோ - வர்ணிப்பதோ ஹைக்கூவின் வேலையில்லை; ஒரு மூச்சின் உயிர்ப்பளவில் - வெளிப்படும் அதனிடம் அதைத் தவிர வேறு எதையும் வற்புறுத்த வேண்டாமே. இன்னொன்று- முதல் வினாவின் விடையோடு இது கொஞ்சம் முரண்படுகிறதா? ஆம்! முரண்படும்!

ஜென் பௌத்தத்தைப் புரிந்துகொண்டால்தான் ஹைக்கூவை முழுவதுமாக ரசிக்க முடியுமா?

● இரா. பால்பாண்டி, பெரியமல்லனம்பட்டி.

எந்தவித முன் நிபந்தனைகளும் இல்லாமல் தான் படிக்கவிருக்கும் - அனுபவிக்க இருக்கும் ஹைக்கூவுக்குள் படிந்து அதனால் தன்னுள் எழும் அலைகளுக்குள் கரைந்து, வார்த்தைகளும், தானும் அற்றுப்போவதே விழுமிய நிலையென மொழியலாம். ஆயினும் ஒரு கவிதை வகைமையின் தெறிப்பான கூறுகளை உருவாக்கும் கருத்தோட்டங்களை-அவற்றின் காரணிகளை அறிந்தும் புரிந்தும் வைத்திருப்பதன் மூலம் கூடுதலான புரிதல்களும், பொருண்மையின் மையக் குவிவும் சாத்தியம் எனில் அம்முயற்சியை ஏன் கைவிட வேண்டும்?

எல்லா ஹைக்கூக்களும் ஜென் மையத்தில் பிறப்பதில்லை. அப்படிப் பிறப்பன, அடிப்படையில் கொண்டிருக்கும் ஜென் பௌத்தத்தின் தத்துவப் பிரச்சாரம் செய்ய முற்படுவதுமில்லை. எனினும் ஜென்னியப் புரிதல் கவிதையின் சாரத்தை உள்வாங்கி ஒளியும் உணர்வும் பெற நிச்சயமான தேவை என்று சொல்லலாம்.

ஹைக்கூ மூலவர் பாஷோவைப் பற்றிக் குறிப்பிடும்போது ஆர்.எச்.பிளித், பாஷோ என்னும் ஆன்மீகர் அல்லது ஆன்மீக

பாஷோ என்று பொருள்படும்படியாக Basho The Spiritual என்று கூறுகிறார். பாஷோ பௌத்தத் துறவி என்பதனால் அவருடைய கவிதைகளில் 'ஜென்னியம்' படர்ந்துள்ள இடங்களில் படிக்கும்போது நாம் பயன் கொள்ள வேண்டும் எனில், அதன் பொதிவுப் பொருள் பற்றிய புலமை தேவைதான். ஹைக்கூவை ஆராய்ந்து முனைவர் பட்டம் பெற்ற கென்னத் யசுதாவின் மிளகு ஜாடி (Pepper Pot) என்ற ஹைக்கூ நூலுக்கு முன்னுரை எழுதிய ஃபிலெட்சர்(Fletcher), 'ஜென்னியத் தொடர்போடு - ஹைக்கூவைப் புரிந்து கொண்டபோது - அது அக்கோட்பாடுகளால் ஒளியூட்டிக் கவிதையை வாழ்வின் ஒரு செயற்பாடாக மாற்றுகிறது' என்று கூறுகிறார். எனவே ஜென்னியம் பற்றிய புரிதல் ஹைக்கூ வாசிப்பை மேன்மைப்படுத்தும் என்பதில் எந்த ஐயமும் இல்லை.

தமிழன்பன் அய்யா அவர்களே, ஹைக்கூ கவிதைகள் வழி நீங்கள் கற்றுக்கொண்டது என்ன?

● கமலிவெங்கட், வெண்ணந்தூர்.

ஹைக்கூ வழியாக எனக்குள்ளிருக்கும் ஹைக்கூக்கள் எனக்குப் புலனாயின. மென்மையும், ஒளியும், இதமும் வெளியுலகில் எனக்கெனக் காத்திருக்கும் ஹைக்கூத் தருணங்களில் என்னைக் கொண்டு சேர்த்தன. கீழை ஆசியத்தின் அரும் பெரும் பெட்டகத்தை என் வாழ்நாளில் நான் பெற்றதை அரிய வாய்ப்பாக எண்ணுகிறேன்.

ஹைக்கூ எழுத அடிப்படையானதேவை என்று நீங்கள் எதைக் குறிப்பிட விரும்புகிறீர்கள்?

● வி.கோமதி, பத்தனம்பட்டி.

இயற்கை உலகோடு வளர்த்துக் கொள்கிற உறவுதான் அடிப்படைத் தேவை. ஜப்பானியர்கள் மானுடத்தில், அண்ணன், தம்பி, மனைவி, மக்கள் என்றெல்லாம் உறவு நிலைகள் கொள்வது போலவே இயற்கையோடும் உறவுநிலையை உருவாக்கிக் கொண்டார்கள். வண்டு, பட்டாம்பூச்சி, பூக்கள், தளிர்கள், மீன்கள் எல்லாமே மனிதர்களின் பிற பிம்பங்களாக அவர்களுக்குத் தெரிந்தன. இதே உறவை - உயிரினங்கள் மீது கொண்டு - உலகளவு வளர்த்தெடுத்து, நட்சத்திரங்களோடும், நிலவோடும்,

பரிதியோடும், வானோடும், மழையோடும் இரவு பகலோடும் உங்களைக் கரைத்துக் கொள்ளுங்கள்.

அவை உங்களுக்கு வார்த்தைகள் தரும்; உங்கள் வார்த்தைகளை மூட்டைகட்டி வைத்துவிட்டு - நீங்கள் ஹைக்கூவை நோக்கிப் பயணிக்க வேண்டும்.

சமீபத்தில் நீங்கள் படித்து ரசித்த ஹைக்கூ?

● மாரிக்கண்ணன், புதுக்கோட்டை.

மாதுளை முத்துக்கள்
எத்தனை தான் தின்ன வேண்டும்
என் தனிமை தீர்வதற்கு?

- ஹாஷி மோட்டோ தகாகோ

ஹைக்கூ, சென்ரியு, லிமரைக்கூ, கேள்விகளால் கவிதை... அடுத்து நீங்கள் எங்களுக்குத் தரப்போகும் புதுக்கவிதை வடிவம் எது?

● மா. சீத்தாராமன், வயலூர்.

ஹைக்கூ, சென்ரியுக்கள் ஏற்கெனவே தமிழில் உள்ளவை. சென்ரியுவை இனங்காட்டி முதன்முதலாக அதன் தோற்றம், வரலாறு பற்றிய முன்னுரையோடு தனித் தொகுதியாக்கியது மட்டுமே என் செயல். லிமரைக்கூ, வினாக்களால் ஆகிய கவிதை நூல்கள் போல் - புதிதாக ஒன்றைச் செய்ய இருக்கிறேன். இப்போதே சொன்னால் எதிர்பார்ப்பின் தீவிரம் தணிந்து போய்விடாதா சீத்தாராமன்?

- 'இனிய ஹைக்கூ'

இதழ் எண் 13, ஜூலை 2003, இதழ் எண் 14, செப்டம்பர் 2003,
இதழ் எண் 15, நவம்பர் 2003, இதழ் எண் 16, மார்ச் - ஏப்ரல், 2004,
இதழ் எண் 17, ஜூன்- ஜூலை 2004,
இதழ் எண் 20, ஜூலை-ஆகஸ்டு 2005.

★